एकादश कथा

डॉ. छाया महाजन

मेहता पब्लिशिंग हाऊस

Please contact us at **Mehta Publishing House,** Pune.
Email : production@mehtapublishinghouse.com
Website : www.mehtapublishinghouse.com

EKADASH KATHA by Dr. CHHAYA MAHAJAN

एकादश कथा : डॉ. छाया महाजन / कथासंग्रह

© डॉ. छाया महाजन

Email : author@mehtapublishinghouse.com

प्रकाशक : सुनील अनिल मेहता, मेहता पब्लिशिंग हाऊस,
१९४१, सदाशिव पेठ, माडीवाले कॉलनी, पुणे - ४११०३०.

मुखपृष्ठ : फाल्गुन ग्राफिक्स

प्रकाशनकाल : प्रथमावृत्ती : दीपावली पाडवा, नोव्हेंबर, २००१
द्वितियावृत्ती : ऑगस्ट, २००८
मेहता पब्लिशिंग हाऊस यांची तृतीयावृत्ती : ऑक्टोबर, २०१२
पुनर्मुद्रण : ऑक्टोबर, २०१६

P Book ISBN 9788184984187
E Book ISBN 9789386175960
E Books available on : play.google.com/store/books
www.amazon.in/b?node=15513892031

कथानुक्रम

घरभेदी

''पन्नीऽ, पन्नीऽऽ,''

सारख्या हाका ऐकून उमा दाराशी आली. फाटकाबाहेर संदीप उभा होता.

''काय आहे? पन्नीला का हाका मारताय?'' हा प्रश्न विचारताना तिच्या डोळ्यांनी त्याचे रुंद खांदे टिपले. भरदार मान आणि गळ्यात रुळणाऱ्या, चकाकत्या सोन्याच्या साखळीचा भाग. तिला पाहताच तो मधाळ हसला. डोळ्यांत जवळिकीची खूण उमटली. त्यानी हाताची बोटं ओठावर टेकवली. उमाच्या सगळ्या अंगातून गरम लहर सरसरली. मानेतून उष्णतेचा गोळा चेहऱ्याकडे सरकला. तिच्या गोऱ्या चेहऱ्याचा रंग गडद झाला. घाईघाईने तिने इकडेतिकडे पाहिलं. कोणी नव्हतं. ती फाटकापाशी गेली.

''आता नको. घाई आहे. नंतर येतो.''

''केव्हा?'' तिच्या स्वरात अधीरपणा होता.

''पन्नी कधी येईल?''

''चारला.''

''मग तीनला येतो.''

तिने समजूतदारपणे मान हलवली. ''पन्नीशी काय काम आहे?'' ती म्हणाली.

''तिला पुस्तक पाहिजे म्हणाली होती. ते मिळत नव्हतं. आज दुकानदार म्हणाला की आता मिळतंय. म्हटलं सांगावं.''

''मी सांगते निरोप.''

''मी येतो ना पुन्हा. तेवढंच निमित्त.''

तो लाघट हसला. उमा पुन्हा लाजली.

गॅसवरच्या भाजीची आठवण येऊन ती घाईने परत निघाली. मधल्या कॉरिडॉरमध्ये लावलेल्या मोठ्या आरशात तिचं प्रतिबिंब उमटलं. ते पाहाण्याचा मोह तिला आवरला नाही. भाजीची ऐशीतैशी म्हणत ती आरशापुढे उभी राहिली. स्वत:ला निरखत तिने छातीवरच्या पदराचा काठ नीट केला.

"कोण म्हणेल मी पंचेचाळिशी गाठलीये!" ती स्वत:ला उद्देशून म्हणाली.

गोरा रंग, काळेभोर डोळे, कपाळावर उडत्या पक्ष्यासारखी केशभूषा, सडपातळ शरीर, भरीव गळ्याशी तेवढी एक आडवी रेषा आली. बस्स!

तिने डोळ्याच्या पापणीशी बोट नेलं. किंचित पुढे होऊन वरच्या पापणीचे केस नीट केले. लांबसडक पापण्या काजळ लावल्यासारख्या दिसत होत्या. तोच हात तिने कपाळावरून फिरवला.

कुंकू तिला चांगलं दिसायचं. तिला माहिती होतं; पण पन्नीचे वडील गेल्यापासून तिने कटाक्षाने कधी कुंकू लावलं नव्हतं. दाट केसातून निघालेल्या भांगाकडे तिने पाहिलं. त्यातून हलकेच बोट फिरवलं. एखाद्या तरुण मुलीसारखी ती हसली.

भाजीच्या आठवणीने घाईत आरसा सोडला.

म्हणजे तसा आरसा तिने सोडलाच होता. पाच वर्षांपूर्वी पन्नीचे वडील गेले. पन्नी चौदा वर्षांची होती. ती स्वत: खरोखरच अर्धवट वयाची होती. धड ना तरुण ना म्हातारी. तिला सगळ्यांनी सांत्वन करताना हेच सांगितलं–

"पन्नी आता तुझं जीवन-सर्वस्व आहे. तिला सांभाळ. तिला उत्तम वाढव."

तिनेही तेच ठरवलं होतं आणि खरचंच ती पन्नीसाठीच जगत होती. नवऱ्याच्या हजारो खुणा– वस्तू– ट्रंकेत टाकून कुलूप ठोकून टाकावं तशा नजरेआड केल्या होत्या. बंद करून टाकल्या होत्या. सुरुवातीला घरातल्या लोकांनी बरोबर राहून मदत केली होती; पण ते तसे परकेच! चुलत किंवा मावस. कारण तिच्या घरी, वडील वारल्यानंतर आई भावाबरोबर अमेरिकेत गेलेली होती. आई महिनाभर उमाबरोबर राहून परत गेली. तिच्या सांधेदुखीमुळे तिला सारखं बोलावणं शक्य नव्हतं. पन्नीचे वडील एकुलते एक आणि सासरेही एकुलते एकच होते. एकूण कारभार सांभाळायला माणूसबळ नसल्यातच जमा होतं.

पन्नीच्या वडिलांची एजन्सी होती, ती आता तिने चालवायला घेतली. ते अनेकविध कंपन्यांना छोटे छोटे भाग पुरवायचे. ते भाग देशातल्या वेगवेगळ्या भागांतून मागवायचे. त्या कंपन्यांचे विक्रेते यायचे. यांच्याशी बोलून व्यवहार ठरायचा. उमाने ते करायला घेतल्यापासून तिने मुंबई-दिल्ली अशा चार-सहाच मोठ्या ठिकाणांहून माल घेण्याचा निर्णय घेतला. तिला जावं लागलं तर फार दूर नको म्हणून.

एजन्सी आणि मुलगी एवढंच तिने विश्व केलं; पण ती जायला लागली, तसा व्यापार वधारला. व्याप वाढत गेला. ऑफिस मोठं झालं. आता जुने मुनीम असलेले अब्राहमचाचा मॅनेजरचं काम पाहात होते. तिला थोडी उसंत होती.

दीड वर्षापूर्वीपर्यंत तिच्या दैनंदिन व्यवहारात रेघेचाही फरक झाला नव्हता. दीड वर्षापूर्वी संदीप आला. दिल्लीच्या कंपनीचा विभागीय प्रमुख आणि विक्रीसंबंधीच्या व्यवहारासाठी तिच्या ऑफिसात आला.

एकांतात आजही तो तिला तसाच, दारातून आत येताना दिसतो.

उंच, भरदार, गव्हाळी रंगाचा. काळे– मागे वळलेले केस. रुंद मनगट, हातात बॅग, अंगात सूट. टाय लावलेला. पस्तिशीचा आहे हे जवळ आल्याशिवाय कळणारही नाही.

उमा व्यवसायाच्या निमित्ताने अनेकांना भेटत असली, तरी या माणसामुळे ती प्रभावित झाल्याचं ती नाकबूल करू शकत नव्हती.

''मी संदीप राय,'' तो म्हणाला. तेव्हा त्याचा आवाज काहीसा जाडसर आणि खोल असल्याचं तिला जाणवलं. त्यालाही तिच्या चेह‍र्‍यावरचा भाव कळला होता.

त्यानंतर दोन महिन्यांनीच, त्यांची ब्रँच इथे निघाल्याने तो पुन्हा तिला भेटायला आला. नंतरच्या घटना इतक्या वेगात घडल्या की तिने ठरवलं तरी घटनाक्रम सांगता आला नसता.

त्याने भाड्याने घर घेतलं ते तिच्या घराजवळ. तिच्या सल्ल्याने. त्याचं कुटुंब दूर कलकत्त्याला होतं, इतकंच तिला कळलं होतं. त्याचा भाड्याचा फ्लॅट लावायला त्याने तिची मदत घेतली होती आणि तिच्याचबरोबर जाऊन तिच्या पसंतीच्या वस्तू, पडदे, चादरी आणल्या होत्या.

जरी तो मनातलं स्पष्ट बोलत नव्हता तरी उमाला त्याचं वागणं उमगत होतं. कुठे तरी त्याबद्दल छानही वाटत होतं.

वास्तविक त्याचं लग्न झालंय हे त्याने सांगितलेलं होतं. त्याला एक मुलगाही होता. बायकोचं माहेर श्रीमंत होतं. त्या मानाने हा गरिबीतून आलेला होता; पण बायकोमुळे सगळी सुखं आपोआपच घरी आली होती. त्याची नोकरीसुद्धा त्यांनीच लावलेली, मेहुण्याच्याच फर्ममध्ये होती.

हे सगळं सांगताना तो दुखावल्यासारखा वाटत नव्हता. त्याला मधूनच कधी तरी आठवण आल्याचं तो बोलायचा; पण त्यात ओढ आहे असं तिला जाणवलं नव्हतं. त्याचं वागणं एकूणच बेफिकीर असल्यासारखं वाटे आणि कधी कधी उमाला वाटे की बायको-मुलगा सुखात असल्याने हा असा वागत असेल. नाही तर काहींच्या स्वभावात काळजी नसतेच! किंवा ताण वरवर न दाखविण्यात ते यशस्वी होतात, मग आतून कुठे तणावात असतात.

हा असाच आतून हुरहुरलेला असावा असं तिला वाटे, त्याला चांगलं वाटावं म्हणून वेगवेगळ्या कारणांनी ती त्याच्याशी संपर्क ठेवी. फोन करी. फोनवर ते बराच वेळ बोलत. कुठेतरी आपल्याला चांगला मित्र मिळालाय असं तिला वाटे.

एके दिवशी तिने त्याला जेवायला बोलावलं. पन्नी मैत्रिणीकडे गेलेली होती. व्यवसायाच्या संबंधित कुणी पूर्वी अशा पद्धतीने घरी आलेलं नव्हतं.

खूप गावभरच्या गप्पा झाल्या. तो भरभरून बोलत होता. तिला जे सांगायचं होतं ते समजावून घेतल्यासारखा ऐकतही होता. जेवण करून तो निघाला. जाताना अगदी सहज त्याने तिचे हात हातात घेतले. नि:संकोचपणे. असा उपचार तिला माहिती नव्हता असं नव्हे; पण तिच्या बाबतीत तो प्रश्न कधी उद्‌भवला नव्हता. तिने हात सोडवायचा प्रयत्न केला तसे त्याने हात जवळ धरूनच ठेवले. 'आपण प्रतिकार का करत नाही?' हा विचार तिच्या मनातून आधीच निघून गेला होता.

त्या रात्री ती झोपू शकली नाही. विचारांनी फेर धरले– 'केवढी ही धिटाई! आपल्याला पेलणार का? इतके दिवस गेलेत, आता थोडक्यासाठी हा माणूस आपल्या जवळ का येऊ पाहतोय? याची बायको, मुलगा कसा असेल? हा आपल्या जवळ येऊ इच्छितोय हे तर निश्चित, की हा खेळ असेल? की त्याला नुसती मैत्रीच अपेक्षित आहे आणि आपण उगाच हा विचार करतो? फक्त उपचार म्हणून त्याने हात धरून ठेवले?'

नकळत तिने आपले तळवे नाकाशी नेले. प्रदीर्घ हुंगले, हळूच गालावर टेकवले. त्याचे असल्यासारखे! आपल्या वयाला हे शोभत नाही हे ती स्वत:ला बजावत गेली.

आणि तरीही व्यवस्थित साड्या आल्या. चेहऱ्यावर नेटकेपणा ठेवण्याचा प्रयत्न आला. थोडं स्वत:कडं पाहाणंही आलं.

तिच्यातला हा बदल अब्राहम चाचांच्या लक्षात आला; पण ते गप्प राहिले. मधून फक्त पत्नीच्या वडिलांच्या आठवणी सांगण्यापलीकडे जाऊ धजले नाही.

आता पत्नीची गैरहजेरी तिच्यासाठी महत्त्वाची झाली. संदीपला थोपवण्याचे तिचे प्रयत्न त्याने हाणून पाडले.

''मी तुझ्यापेक्षा मोठी आहे.'' ती म्हणे. तो गडगडत हसे आणि तिला जवळ ओढून तिच्याशी तरुणाला लाजवेल असं वागे. त्याच्या वागण्याने आपण फुलतोय हे तिला कळे. त्याला आनंदी ठेवायला ती धडपडे. त्याच्या आवडीचे रंग, केशभूषा, वेशभूषा, वागणूक – सगळंच.

आणि एकीकडे आता मुलीला हे कसं सांगायचं याचा ती विचार करी.

हे खळाळणारं पाणी आहे की थांबलेला संथ जलाशय? हा वळवाचा पाऊस आहे की रात्रीचा पाहुणा?– हे तिला कळत नव्हतं. त्याच्या कुटुंबाविषयी तो क्वचित बोले. कधी बोललाच तर तिला मिरच्या झोंबल्यासारखं होई.

आणि हे सगळं चूक आहे, वेडेपणाचं आहे हे ती स्वत:ला बजावितच पुढच्या एकत्र येण्याचे बेत करी आणि अमलातही आणी.

एकांतात कधी तरी ती त्याच्या कुटुंबाबद्दल विचारी. त्याची म्हातारी आई

गावी एकटी राहत होती. तिच्याबद्दल विचारी. तो कधी हसून, कधी उत्तर न देता विषय संपवी.

त्याने एकदा तिला बायको-मुलाचा फोटो दाखवला होता. एकदाच. त्यात बायको आपल्यापेक्षा सुंदर नाही हे तिच्या चाणाक्ष डोळ्यांनी टिपलं होतं. ती कुठे तरी सुखावली होती. त्याला मुलगा आहे. घराण्याला वारस आहे, हाही विचार नकळत येऊन गेला होता.

आपले आणि संदीपचे संबंध कुठपर्यंत वाढवायचे हा निर्णय तिच्या हातातून सुटून गेला होता; पण त्यानंतरही, कुठे थांबावं हा विचार येऊनही ती तो बाजूला सारत होती.

पण एकदा संदीप कलकत्त्याला गेला, त्या वेळी तिने रोज फोनचं आश्वासन घेतलं होतं. रोज रात्री फोनची वाट पाहाणं आणि फोनवरचा त्याचा आवाज स्वत:त मुरवीत ऐकणं हे ती आसुसून करीत होती.

संदीप, त्याची बायको, त्यांचा एकांत याचा विचार मनात आला तरी अस्वस्थ होई, घाबरी होई आणि तो थांबविण्यासाठी ती अनेकविध कामं उकरून त्यात बुडवून घेई. त्याच्या मधाळ आवाजाची लपेट आठवे. त्यांनी एकत्र घालवलेला वेळ आठवे.

''मी फक्त तुझाच आहे आणि थोड्या दिवसांत मी कलकत्ता सोडून देऊन इथेच राहणार.'' असं तो तिला आश्वासनपूर्वक म्हणाल्याचं आठवे.

त्याच्या बायकोला त्याने घटस्फोट देऊन त्रासात ढकलावं असं तिला वाटत नव्हतं, तरी त्यांच्या एकत्रित भविष्यासाठी दुसरा पर्याय नव्हता.

''माझ्या वडिलांनी ठरवलेलं होतं म्हणून हे लग्न मी केलं. माझी आईसुद्धा यामुळे खुश नाही. आपला मुलगा सासरच्यांनी दावणीला बांधून घेतलाय असं तिला वाटतं. शिवाय सुनेचं सुख नाहीच तिला!'' हेही तो बोलतच होता.

आणि तो बोलत असलेल्या शब्दन् शब्दावर ती विश्वासून विसंबली होती. या बाबतीत कुणाशी बोलावं असं तिच्या मनातही आलं नव्हतं.

जवळजवळ आठएक महिन्यांपूर्वी पन्नीने संदीपला पहिल्यांदा पाहिलं.

''ही प्रणिता. माझी मुलगी. आम्ही तिला पन्नी म्हणतो. फर्स्ट इयरला आहे.''

त्याने हसून, खास झुकून तिला 'हॅलो' केलं.

''वा!'' तो म्हणाला ''रूपानं आईपेक्षा बेटी सवाई आहे.''

उमाला हे बोलणं आवडलं नाही. त्याने जरा जास्त पोक्तपणे बोलायला पाहिजे होतं असं तिला वाटलं. ती मुद्दाम म्हणाली,

''पन्नी, हे संदीप राय, पण तुझे संदीप अंकल! बेटी, वाकून नमस्कार कर.''

पन्नी वाकली. रेशीमफळांनी लगडलेलं झाड झुकावं तशी. संदीपचे डोळे

कुठे टेकलेत हे उमाने जाणलं. पन्नी उठू लागली तसे त्याने तिच्या खांद्याला धरून उठवलं. किंचित जवळ ओढलं. निसटून बाजूला होताना पन्नीचा तोल गेला. अगदी अलगद ती त्याच्या हातांच्या विळख्यात गेली. हे क्षणार्धात झालं.

उमा अत्यंत अस्वस्थ झाली. का ते तिलाही कळेना.

"पन्नी, खोलीत जा. अभ्यास सुरू कर."

आत्ता कसला अभ्यास? सुट्या असतील ना? जा. मजा कर. बोलताना संदीपने एक डोळा गमतीने बारीक केला. त्यानंतरच्या एकांताच्या भेटीत उमा चांगलीच उखडली. त्याच्या वागण्याचा जाब विचारला तसा तो गडगडाटी हसला. म्हणाला,

"तुम्ही बायका खरोखर संशयी असता! तुझी मुलगी आहे ती. म्हणजे पर्यायाने माझी कोण? वेडाबाई! यू आर सो ब्युटीफूल. सो सुदिंग. तुझ्यासारखा स्वर्ग कुशीत असताना दुसरीकडे पाहिल तो मूर्ख! कमऑन, थोडी प्रौढ हो. माझ्यासारखा तुला एकदाच पाहून कसा कैदी झालाय बघ. देश सोडून तुझ्या पायाशी आलोय. मुद्दाम ही जागा मागून घेतलीय."

"खोटं सांगतो. मेहुण्याचीच कंपनी आहे. त्यानं पाठवलंय–"

"असू दे मेहुणा. तो बहिणीला सोडून देतो होय? पण बरं झालं, मीच आलो. जर का तो येता, तर तू माझी कधीच ना होतीस!"

"म्हणजे? मी तुझी होणार हे तू गृहीतच धरून आलास? किंवा कुणाचीही सहज होईन असं वाटून आलास?"

"हॅ हॅ. वेडगळ बोलू नकोस. तुझ्यासारखी कर्तृत्ववान बाई अशी रस्त्यावर थोडीच पडलीये! मला किती मेहनतीनं मिळाली आहेस."

त्याच्या लाडीगोडीने, अंगाशी येण्याने ती विरघळली. त्याच्या कुशीत शिरून त्याच्या छातीवर डोकं टेकवून विसावली. तो जमेल त्या जागेवर ओठ टेकवत तिचे मुके घेऊ लागला. त्याच्या त्या वर्षावाने ती पुरती शरण गेली.

तेव्हापासून पन्नीला त्याने मुलीसारखं धरलं. तिचे लाड करणं, तिच्या मागण्या पूर्ण करणं सुरू झालं. पन्नी लाडाने संदीप अंकल, संदीप अंकल करीत त्याच्याभोवती फेर धरे. त्याच्या पाठीवर लोळे. त्याच्या कमरेला मिठी मारी. त्याच्याबरोबर बाहेर जाण्याचा हट्ट धरी. त्याच्याकडून सिनेमा उकळी. बाहेर जेवण्याची, पेनॉल्टीची मागणी करी आणि तोही ते पुरवी.

वास्तविक आता पन्नीच्या सुट्या चालू होत्या. ती दिवसभर लोळे. टीव्ही पाही. मैत्रिणींकडे जाई. दुपारी, संध्याकाळी बाहेर जाई. काहीबाही आणायला जाते म्हणायची. पुस्तकं आणायचं कारण सांगे. आत्ता तिला कसलं पुस्तक

लागेल हा विचार उमाच्या मनात आला नाही. कुणासाठीच विचार करण्याइतका वेळ तिच्याकडे नव्हता. ऑफिस, तिथली कामं, घर, घरची कामं आणि वेळ मिळताच संदीप, असा तिचा जबरदस्त व्यग्र कार्मक्रम झाला. ''बिटिया, एक महत्त्वाचे काम आहे. तुझी वाट पाहत होतो.'' ऑफिसच्या दारातच अब्राहम उभे होते.

''काय आहे? घरी फोन का केला नाही?'' ती म्हणाली.

''फोन केव्हाचा करतोय, एंगेज्ड येतोय.''

''मी नव्हतेच घरी आज. चायनीज मेन्यू करायची लेकीची ऑर्डर आहे. थोडी बाजारात गेले होते. तिकडून इथेच आलेय.'' बोलत ती केबिनमध्ये गेली.

अब्राहम आत आले.

''तुला दिल्लीला जाऊन यावं लागेल. या कंपनीचा माल मागल्या वेळेसारखाच खराब आलाय. आपण ज्यांना दिलाय, त्यांनी या कारणाने पेमेंट रोकलंय.''

''मग तुम्हीच जाऊन या ना! मागच्या वेळी तुम्हीच गेला होता ना?''

''पण माझ्या रागावण्याचा काय परिणाम झाला? त्यांनी पुन्हा तोच खेळ केलाय. खराब माल इकडे पाठवतात. कस्टमर काय दिल्लीला जात नाही; पण आपल्यासारख्यांना सुखासुखी सोडत नाही.'' ते म्हणाले.

''पण मी जाऊ कशी? घरी मुलगी एकटी.'' तिच्या डोळ्यांपुढे संदीप आला. हे सुख सोडवत नसल्याचं तिला जाणवलं.

''तिला माझ्याकडे पाठवा. नाही तरी माझ्या बायकोला तिच्या सोबतीला धाडतो; पण एकदा जाऊन तुम्हालाच त्यांचे कान उपटावे लागतील.''

उमाला जावंच लागलं. पन्नीची दूरची आत्या तिथे होती. तिच्याकडे थांबणं भाग होतं. यात एक आठवडा कसा गेला तिला कळलं नाही.

परतल्यावर बंगल्याच्या दारापुढे संदीपची गाडी दिसताच ती हुरहुरली! आज येतेय हे कळवलंच होतं; पण आधीच येऊन बसलाय. विमानाचं रिझर्वेशन न मिळाल्याने ती रेल्वेनेच निघाली होती. तब्बल चार तास आधीच पोहोचली होती.

हॉलचा दरवाजा बंद होता. घंटीकडे गेलेलं बोट तिने मागे घेतलं. त्याला चकित करावे म्हणून ती मागल्या दारी आली. दार बंद होतं. तिने हलकेच ढकललं. दार उघडलं. खाली कुणीही नव्हतं. वर झोपायच्या खोलीकडे ती निघाली. तिथल्या शांततेने ती गोंधळून गेली होती. तेवढ्यात किंचित चीत्कारल्यासारखा पन्नीचा आवाज झाला. सोबत थोडं खिदळणं.

पाय न वाजवता धडधडत्या छातीने ती जिना चढली. पन्नीची झोपायची खोली रिकामी होती. स्वत:च्या खोलीपुढे ती आली. दार सताड उघडं होतं.

समोरच्या पलंगावर, तिच्या स्वत:च्या पलंगावर पन्नी विवस्त्रावस्थेत संदीपच्या

कुशीत खिदळत होती. तो तिच्यात गुरफटलेला होता. त्याच्याही अंगावर काही नव्हतं.

स्तब्ध, पुतळ्यासारखी उमा उभी होती, निर्जीव. तिच्याकडून क्षणभर काहीच प्रतिक्रिया झाली नाही. मग ती हलकेच मागे सरकली. अगदी हलकेच. पायाचा आवाज न करता. जिन्याच्या तोंडाशी गेली आणि जिथे जोरात खाकरली. दोन मिनिटं तिथेच थांबून ती खोलीपुढे आली.

पन्नीने गाऊन गुंडाळला होता. तिचे केस अस्ताव्यस्त होते.

"मा, तू आलीस? तुझं विमान तर चारला येणार होतं ना?''

"येणार होतं; पण विमानानं आले नाही आणि नोकर कुठे गेले? चाचांची बायको होती ना सोबतीला?''

तेवढ्यात संदीप बाहेर आला.

"तुम्ही आणि इथे?'' तिने त्याच्याकडे संथ आणि हेतुत: शांत, पण तीव्रपणे पाहिलं. तिच्या हातापायांना अजूनही कंप होता. ओठ कोरडे पडले होते.

"हाय,'' तो म्हणाला "कधी आलात?''

"आत्ताच येतेय.'' तिने नजर दुसरीकडे वळवली. डोळ्यातनं येणारं पाणी थोपवणं तिला अत्यंत अवघड जात होतं.

"मी घ्यायला येणारच होतो.'' तो म्हणाला.

"पण मा, तू फोन तर करायचास आणि आत कशी आली? दार तर बंद केलं होतं.''

"मला चोरवाटांची चांगली माहिती आहे.'' ती शब्दांवर जोर देत म्हणाली.

"तू जा. अंघोळ केली नाहीस की काय?''

तिच्या डोळ्यांपुढे लेकीचा गोरापान भरीव देह स्पष्ट दिसत होता.

"तुम्ही वर बेडरूममध्ये कसे?'' तिला उत्तराची अपेक्षा नव्हती.

तो गडबडला; पण धीट होत म्हणाला,

"पन्नीचे लहानपणाचे फोटो इथे आहेत म्हणाली. पाहायला आलो होतो.''

त्याच्याकडे न पाहता ती खाली उतरली. देवघराच्या छोट्या खोलीचा दरवाजा तिने लावून घेतला. तोंडात पदराचा बोळा कोंबून ती रडू लागली. मुक्या हुंदक्यांनी गदगदत होती. तिच्या दु:खाने खोली भरली होती.

पहिला भर ओसरल्यावर तिने तोंडातला बोळा काढला. खसखसून डोळे पुसून ती बाहेर आली. निर्लज्जासारखा तो डायनिंग टेबलाशी बसलेला होता. सुरुवातीच्या धक्क्यातून ती दोघंही सावरली होती. आजूबाजूचं भान नव्हतं.

विचारांच्या वावटळींनी भोंडावल्यासारखी ती कळसूत्री झाली होती.

'हे कधी सुरू झालं? केव्हापासून चाललंय? त्याने तिला केव्हा आपलीशा केली?'

'शी! माझ्यातही हा येत होता आणि तिच्यातही?'

'बेशरम, घरभेद्या, नालायक. लंपट!'

'आपल्याला कसं कळलं नाही? चाचा फोनवर का बोलले नाही? हा राजरोस इथे राहातोय? नोकरांना कुठे पाठवत असतील?'

'आपण अशा आंधळ्या कशा? हे आपल्या आधी कसं लक्षात आलं नाही? हा नराधम, माझ्या नरडीचा घोट घेऊन विझला नाही.'

तिला विलक्षण शरमल्यासारखं झालं. इतके दिवस आपण नव्या नवतीसारखे नटलो, सजलो. हा आपलाच आहे समजून लाजलो– विझलो.

याने मोठी खेळी केली

'कुत्सित हसत असेल मनात! म्हातारीचे चाळे कसे आहेत म्हणत, मजेत टिंगल करीत असेल. म्हातारीला कसा तरुण माणूस लागतो म्हणत जिना चढत असेल.'

तिने डोकं गच्च धरलं. त्या दोघांच्याही हाकांना ओ न देत ती स्वत:च्या खोलीकडे गेली – पलंगावर अंग टाकताच तिला पुन्हा ते दृश्य आठवलं. पलंगाची, गादीची किळस आल्यासारखी ती तटकन उठली.

'आपल्याला वेड लागेल तर बरं!' तिला वाटलं.

प्रश्नांची भिंडोळी सुटत होती.

स्थळकाळाचा तिला विसर पडला होता.

एकाच वेळी त्याचा राग, स्वत:ची कीव आणि या लग्नबाह्य संबंधाच्या अस्तित्वामुळे ती किळसेने भरून गेली होती.

अंधारात वेगाने भरकटणाऱ्या मुक्या प्राण्यासारखी ती मुकी जनावरच होती.

स्वत:च्या इतक्या खाली जाण्याला ती दोष देत होती.

आज प्रथमच तिला जगाची आठवण आली. लोक काय म्हणत असतील याचं भान आलं.

'हे देवा, मी काय करून बसले हे! हा साप थेट घरात घेतला? आता तो दोहो अंगांनी वेढून आलाय. त्याने मलाही दंश केलाय आणि ही कोवळी कळीही कच्च्या काकडीसारखी खाल्ली. कुठं फेडू हे पाप?'

बाहेरचा दरवाजा वाजल्याचा आवाज झाला. तशी ती काहीही न कळून वेगाने खाली धावली. दाराबाहेर पडणाऱ्या संदीप रायला तिने हाताला धरून मागे खेचलं.

त्याला हे अपेक्षित नव्हतं.

तो वळताच तिने काडकन त्याच्या मुस्कटात लगावली.

''माऽ'' पन्नी ओरडली. तिच्याकडे धावली. तशी त्याच हातानी तिच्याही तोंडात ठेवून दिली.

ते दोघंही मुकाट पाहात राहिले. ती हमसाहमशी रडत राहिली.

दाराजवळ अब्राहम चाचा चुपचाप उभे होते.

भिजल्या चेहऱ्याने हुंदक्यांच्या झपाट्यात ती त्यांच्याजवळ गेली.

"चाचा–" त्यांनी तिला थोपटल्यासारखं केलं.

"आत्ताच्या आत्ता जा आणि पोलिसांना बोलवा." तिने संदीपला हाताला धरून खस्सकन ओढलं. एका हाताने पुन्हा त्याच्या तोंडात सणसणीत मारली. त्याच्या प्रतिकाराला वाव न देता तिने त्याला कोठीच्या खोलीत ढकललं. बाहेरून कडी लावून घेतली.

चाचा निघून गेले.

भांबावलेली पन्नी रडू लागली.

"माझं त्याच्यावर प्रेम आहे." ती म्हणाली.

तिच्याकडे संपूर्ण दुर्लक्ष करीत ती दरवाजाच्या दिशेला तोंड करून ओरडली...

"मेहुण्याचा आणि बायकोचा फोन नंबर सांग रे." त्यानंतर तोंडाला येतील त्या शिव्या देत तिने नंबर फिरवला.

"हॅलो," ती थांबली. पलीकडच्याचं नाव ऐकल्यावर ती म्हणाली, "ताबडतोब निघून इथे या. येताना बहिणीच्या घटस्फोटाचे कागद करून आणा. तुम्हाला बाकी काही करण्याचं कारण नाही."

या सगळ्या गोंधळात दाराशी चाचा पुन्हा आल्याचं तिच्या लक्षात आलं नाही. ते दिसले मात्र, ती झटकन त्यांच्याकडे वळली. तिच्या वळण्यात, तिच्या वागण्यात दहा राक्षसांचं बळ होतं. पुरुषी हुकूमत होती.

कोरडी-ठक्क होत करड्या आवाजात ती म्हणाली,

"चाचा, उद्या लग्न आहे. ताबडतोब पंडित बोलावून आणा."

"पण बिटिया – लग्न? पन्नीचं?"

"पन्नीचं!"

"कोणाशी? उद्याच?"

"आतल्या कैद्याशी." आत वळत ती पुटपुटली.

चाचांच्या चेहऱ्यावर आश्चर्य नव्हतं. तिच्या अनुपस्थितीतल्या अडचणीत आणणाऱ्या घटनांचा निचरा होता. अतर्क्य निर्णयाविषयीचा हतबल भाग होता. त्यांचे आकाशाकडे उंचावलेले दोन हात बरेच सांगून गेले होते.

त्या म्हाताऱ्या डोळ्यांनी घरातलंच उमाचं प्रकरण नजरेआड सरकवलं होतं; पण खिडकीबाहेर उडालेल्या चिमणीचे पंख गेल्या सात दिवसात बांधू शकले नव्हते. त्यांना एक कळत होतं की नव्या पायांना भविष्यकाळ दिला गेला होता, पण ठाम उभ्या राहिलेल्या उमाला मात्र विश्वासघातकी अंधाराशिवाय पर्याय नव्हता.

■

हाक

एखाद्या लंबकासारखी स्थिती होती तिची. दोन अगदी टोकाच्या बिंदूंमध्ये हेलकावत राहाण्याचं दुर्दैव! एक श्रीमंत, समंजस आणि कर्तृत्ववान; तर दुसरा गरीब, अर्काट आणि जडशीळ.

एका पंचतारांकित हॉटेलमध्ये ती रिसेप्शनिस्ट म्हणून लागली, तेव्हा तिच्या मनात कनिष्ठ मध्यम वर्गाचा तिटकारा होता. तिच्या घरचे वाईट नव्हते; पण आर्थिक उन्नती कधी तरी होईल याची नुसती वाट पाहाणारे होते. आपल्याला मध्यमवर्ग आवडत नाही हेही तिला खरं तर कळलेलं नव्हतं. पण कुठे तरी काही तरी कमी असल्याचं जाणवत होतं. तिच्या वडिलांनी अर्ज करण्यापूर्वीच तिला सुनावलं होतं,

"शर्मिष्ठा, तुझा हा निर्णय योग्य नाही. तू चांगल्या घरची मुलगी. घरात काही कमी पडतंय का? खायला-प्यायला कमी आहे म्हणून असे उद्योग?"

"कसे उद्योग? रीतसर परीक्षा पास होऊन इतरत्र नोकरी न मिळाल्यानं खाजगी कंपनीत नोकरीचा अर्ज करण्यात काय वावगं आहे? फाईव्ह स्टार हॉटेल हे सुद्धा एखाद्या कंपनीसारखंच असतं." हे म्हटल्यावर आपण फार मोठं काहीतरी प्रौढ बोलून गेलोत असंही तिला वाटलं होतं.

"अजून अक्कलदाढ उगवली नाही तोच वडिलांना उलट उत्तर द्यायला लागलीयेस. कमवायला लागल्यावर डोक्यावर मिरे वाटाल..." आई मध्येच म्हणाली होती.

"यात मिरे वाटण्याचा कुठे संबंध आहे? मला सरकारी नोकरी मिळत नाहीय. इथे मिळू शकेल. वेगळा अनुभव असेल."

"काही गरज नाही त्याची. रुबिना का फिबिनासारख्या त्या लांड्या स्कर्ट घालून येणाऱ्या पोरींबरोबर राहून राहून तुझी मती खुंटलीये. तरी मी म्हणत होतो, पोरींना काही इंग्रजी शिकून साहेब व्हायचं नाही; पण ऐकतंय कोण? आपल्या पोरीला मोठ्ठी झालेली पाहायची इच्छा ना तुमची... खंत होती ना

तुम्हाला, की तुम्ही न शिकल्यामुळे माझ्या घरी पोळ्या लाटताय...?''

तिचे वडील संतापून बोलत राहाणार हे लक्षात आल्याने शर्मिष्ठा उठली होती आणि आज्ञाधारक चेहरा करीत आतल्या खोलीत गेली होती.

पण रूबिनाच्या सल्ल्याने तिने 'द कंफर्ट'ला अर्ज द्यायचं ठरवलं होतं. रुबिना तिथेच हाऊसकीपिंगला होती. तिचा डिप्लोमा झालेला होता. उंच, सडसडीत रुबिना कामाला खमकी होती. चपळ होती. मुख्य म्हणजे सहिष्णू होती. हॉटेलला आवश्यक डिग्री शर्मिष्ठाकडे नव्हती; पण ती रूपाने चांगली होती. इंग्रजी माध्यमामुळे फाडफाड इंग्रजी बोलू शकत होती. हुशार होती. त्यामुळे असेल किंवा रुबिनामुळे असेल, तिला नोकरी निश्चित मिळणार होती.

तशी ती मिळाली, तेव्हा एका नव्या प्रकाशमान वर्तुळात आपण प्रवेश करणार असल्याच्या कल्पनेने शर्मिष्ठा हरखून गेली होती. रुबिनाने तिला सतर्क राहायला सांगितलं होतं आणि कुठल्याही प्रलोभनांना भुलायचं नाही हेही बजावलं होतं. आपण मध्यमवर्गीय वातावरणातून आलेलो असल्याने असं कधीही घडणार नाही हे शर्मिष्ठाने ठणकावून सांगितलं होतं. घरच्यांकडे संपूर्ण दुर्लक्ष करून तिने ही नोकरी करण्याचा निर्णय घेतला होता.

हा निर्णय तिचा... अगदी एकटीचा होता. पंचतारांकित मायाजालात ती अलगद परीसारखी उतरली होती. घरी आर्थिक स्थिती ठीक होती, त्यामुळे तिचा पैसा तिचा होता. ती तरुण होती, सुंदर होती, हौशी होती.

नव्या समाजव्यवस्थेविषयी तिला गंध नव्हता; पण चकचकीत फरशी, सुंदर रंगाच्या भिंती, त्यावर डोळे सुखावणारे पडदे, आरशासारखं प्रतिबिंब पाडणारं फर्निचर, जागोजागी प्रफुल्ल हिरवेपण, ताज्या कुंड्या, ताजी फुलं. त्यावर कडक इस्त्रीचं हळुवार हसणं, कोणालाही न दुखावता जपत बोलणं हा व्यवसायाचा भाग होताच होता आणि व्यवसाय हा माणसाचा भाग होता.

तिला याचं अप्रूप होतं. घरी दमून येणारे पांढरपेशे वडील आणि निगुतीने संसार करीत हळूहळू पैसा साचवत राहणारी आई. एकूण ठीक चाललंय असं वाटत असतानाच, ते ठीक चाललेलं नाही असं ठळकपणे जाणवावं अशी घरातली पैशावरून उद्‌भवणारी वादावादी. त्या वातावरणात तिच्या आयुष्याची एकोणीस वर्षे गेलेली.

त्या तुलनेत इथे तिला पाऊल टाकताच रेशमी लडीवर पाऊल टाकल्यासारखं वाटायचं. एखाद्या नाजूक, सुंदर हवाई सुंदरीसारख्या हालचाली करणं ती आपोआप शिकली. काऊंटरवर कसं बोलायचं, कोणेत्या शब्दावर जोर द्यायचा, कोणता शब्द गुळगुळीत करून वापरायचा, नम्र नकार किंवा हसरा होकार कुठे द्यायचा, कुणाला 'हाऊ आर यू धिस मॉर्निंग' म्हणायचं आणि कुणाशी आठी न पडता

बोलायचं हेही ती न शिकवताच शिकली. तिच्या ब्युटी पार्लरला होणाऱ्या भेटींची संख्या वाढली. पायात लय, गळ्यात साखळी आणि सूर सगळंच आलं. तिथे किती तरी गजबज होती. माणसं येत होती जात होती. मीटिंग्ज, कॉन्फरन्स, डिनर्स, पार्टीज, परदेशी पर्यटक, व्हिजिटर्स यांचा गदारोळ होता.

इथले बरेच जण नजरेस येताच आकर्षण वाटावं असे होते. कित्येक मुली, स्त्रिया चार दिवसांसाठी येऊन जाताना तिला पत्ते देऊन जात होत्या. त्या गावांना, त्या देशांना आपण नक्की एकदा तरी भेट देणार म्हणून तीही खुशीत पत्त्याची देवाणघेवाण करीत मिळणाऱ्या मैत्रिणींची संख्या वाढवत होती. मधून मधून रुबिना माहिती पुरवायची. कोण वाईट, कोण चांगलं, कोण नेहमीचे होऊन राहाणारे, कोणते उडते पक्षी हे तिला कळायचं. ही रुबिनाची तिसरी नोकरी होती. नवरा बदलीच्या नोकरीचा होता. ती शर्मिष्ठाशी लंच अवरमध्ये हे बोलायची आणि इतर घरगुतीही.

इथे पंधरा दिवसांत शर्मिष्ठाची शमी झाली होती. काचेचा दरवाजा ढकलताच 'हाय शमी' असं समोरचा तनवाणी म्हणायचा. तो ट्रॅव्हल सेक्शनला होता. पहिल्या दिवशी तिचं 'शमी' हे नामकरण झालं तेव्हा तिने तो किस्सा पाच वेळा तरी आईला ऐकवला होता. ती अतिशय आनंदात होती. ती त्या हॉटेलचा एक न वगळता येणारा, न बाजूला होणारा एक भाग होती... त्या संस्कृतीने तिला स्वीकारल्याचा तो एक शिक्का होता आणि घरच्यांना 'हाय शमी'तून मिळणारी उत्साही साद म्हणजे काय, त्यातून मिळणारा आनंद काय हे कळत नव्हतं. मग तिनेही ते सोडून दिलं होतं. दारातल्या गुरख्याचा हसून केलेला सलाम, उच्च प्रतीचा कपडा, इम्पोर्टेड बॅग्ज, मनगटावरची घड्याळं, टायपिन्स, केस मागे सावरीत सुखाने आळसावलेल्या त्यांच्या बायका आणि मुली हे ना तिने कधी पाहिलं होतं ना; अंगावरच्या त्यांच्यासारखे कपडे वा हातातले हिरे तिने भोगले होते.

त्या दिवशी तिची शिफ्ट रात्री होती. तिला वर्षभराच्या अनुभवानंतर घरून परवानगी मिळाली होती. दीडच्या विमानाने दुबईचे पॅसेंजर येतात हे तिने ऐकलं होतं. ती अर्धवट झोपल्यासारखी झाली होती. तेवढ्यात फोन वाजला. एअरपोर्टवरच्या एजंटने तीन पॅसेंजर येणार असल्याची खबर दिली. ती आणि तिच्याबरोबरचा अटेंडंट चेहरे साफ करून अनुभवाने शिकलेले उत्साही हसू चेहऱ्यावर पसरून उभे राहिले. पहिले दोन उतारू येऊन अर्धा तास उलटला तरी तिसरा न उगवल्याने ती वैतागली. ''आता थोडंसुद्धा बसता येणार नाही, ना रिटायरिंग रूममध्ये जाता येणार,'' बरोबरच्याला ती म्हणाली.

''काय करता? धिस इज नेम ऑफ द गेम.'' तो पुटपुटला.

तब्बल तासाने तो आला.

"अल्बर्ट मेकॅनो," त्याने हात पुढे केला.

उंच. भुरक्या विटकरी डोळ्यांचा, अस्ताव्यस्त केस, हसरा चेहरा, कपड्यातून जाणवणारी सुदृढ शरीरयष्टी.

क्षणभरच ती थबकली, त्याच्या डोळ्यांत असं काय होतं तिला कळलं नाही. त्याचा हात तिच्या हातात किंचित रेंगाळला.

"माय रूम प्लीज..."

तिने घाईने किल्ल्या काढल्या. गोऱ्या हातांवर ताणलेली कातडी आणि एका ठोशात समोरच्याला लोळवेल असं मनगट... तिची नजर तिथे थांबलीच.

"येस, मिस...?" त्याच्या डोळ्यांत प्रश्नचिन्ह होतं.

"मिस शमी..." ती नेहमीच्या ठोकळेबाज आवाजात म्हणाली होती.

"गुडनाईट शमी...!"

एरवी येणाऱ्या-जाणाऱ्यांकडे ती अभावानेच पाहायची; पण आज मात्र तिने निरखून पाहिलं होतं. उंच कपाळ, निळे नितळ भावूक डोळे, डोक्यावर टारलंभर केस, ओठांवर हसू.

अल्बर्ट त्याच्या कंपनीतर्फे आला होता, इथे त्याला नवीन कारखाना उभा करायचा होता, इत्यादी माहिती तो जाता-येता देऊन गेला असला, तरी तिच्याबरोबर कॉफी घेणं, खाणं-पिणं अभावितपणे चालू झालं होतं. आपण हे आपल्या नोकरीचा भाग म्हणून करतोय ही समजूत ती स्वत:त रुजवत होती.

पहिली धोक्याची घंटी वाजवली ती रुबिनाने. शर्मिष्ठाने तर झुरळ उडवून द्यावं तसं तिचं म्हणणं उडवलं; पण 'मांजर डोळे मिटून दूध पिते' इथपासूनच रुबिनाने सुरुवात केली. अर्थातच शर्मिष्ठाने हे मनावर घेतलं नाही. उलट तिलाच बजावलं की, अल्बर्टची सगळ्यांशीच मैत्री आहे. शिवाय त्यांच्या देशात अशा गोष्टींचा बाऊ नसतोच.

एकीकडे अल्बर्ट आपल्याला मनोमन भावलाय हे कबूल करायला ती घाबरू लागली. कारण एकदा का ते कबूल केलं की त्याच्यापासून आपल्याला दूर व्हावं लागणार! सकाळी न्याहारीला जाताना संगमरवरी काऊंटरवर वाकून हलकेच म्हणायचा, "हाय – माय डार्लिंग शमी...!' नंतर सगळ्यांशी ममत्वाने बोलल्यासारखं करीत निघून जायचा. जाताना अकरा वाजता कॉफीचं निमंत्रण तिला द्यायला विसरायचा नाही. जाताना सगळी जागाच जादू केल्यासारखी सुंदर करून जायचा. वेळ असेल त्या वेळी जेवायला चलण्याचा आग्रह करायचा. अशा वेळी आजूबाजूचे लोक जणू पातळ वातावरणात विरघळून जाऊन ते दोघंच उरायचे.

खळाळून वाहणाऱ्या पाण्याखाली वाळू जशी सरकत राहाते, तसे या भेटीतून ते दोघं बदलत गेले. त्याच्यातला बदल ती निरखीत होती. आधी आधी तो मोकळं बोलायचा; पण नंतर अलिप्त व्हायचा. हळूहळू ती अलिप्तता नाहीशी झाली हे तिला जाणवलं. तरीही 'आमची मैत्री आहे' असंच सांगणं त्यांनी चालू ठेवलं.

शेवटी त्या दोघांनीही ठरवलं की, त्याला जेव्हा काम नसेल तेव्हा शर्मिष्ठाने वेळ काढून त्याच्याबरोबर राहायचं. ती कामात असेल तर तो लाऊंजमध्ये येऊन पेपर वाचत बसायचा. ते विविध विषयांवर बोलायचे. ती त्याला देशविदेशांतल्या गोष्टी उत्सुकतेने विचारायची आणि तो प्रेमळपणे सगळ्यांची उत्तरं देत राहायचा. त्याला कौटुंबिक आयुष्य नाही हे ऐकून त्या दिवशी तिलाच रडू आलं होतं. कुणी घर, आई-वडिलांशिवाय इतकं एकटं राहू शकतं यावर तिचा विश्वास बसत नव्हता. आपली सुरक्षितता आई, बाबा, घर आणि कुटुंबात आहे हे तिने त्याला समजावून सांगितलं होतं आणि तुझ्या कल्पना १७ व्या शतकातल्या आहेत म्हणून त्याने हसून तिला मागासलेली ठरवलं होतं. अशा वेळी तो तिला 'ब्राऊन बेबी' म्हणून हटकून संबोधायचा आणि ती खोटं चिडून त्याला मारल्यासारखं करायची.

हलकेच पण वेगाने त्यांच्यातल्या मैत्रीचा धागा मजबूत होतोय, हे त्या दोघांनाही कळत नव्हतं असं नाही. तिला वाटायचं, इथे फॅक्टरी उभी करण्याचे काम संपलं की तो जाईल. मग तिला कधी दूरदेशी जायची वेळ आली तर त्याची मदत होईल. म्हणून रूबिनाने पुन:पुन्हा हटकं तरी 'तो माझा मित्र आहे' या एकाच वाक्याचा तिने पुनरुच्चार केला होता. रुबिना फारच चिवटपणे बोलली तेव्हा मात्र शर्मिष्ठा म्हणाली, ''कम ऑन रुबिना, आपण या मोहमयी वातावरणात काम करतो हे तुलाही माहीत आहे आणि मलाही. इथे घडलेल्या किती तरी सुरस, रम्य कथा आपण आवडीनं चघळतो. इथून गेलेल्या कित्येक जणींची प्रकरणं तूच मला सांगितली आहेस. मी अजून लहान आहे; पण फसणारी मुळीच नाही. तो माझा चांगला दोस्त आहे. आमची तार जुळते. तो थोडासा होमसिक आहे आणि मी थोडीशी आधार देणारी! एक हमसफर... एवढंच!'

अर्थात हे कुणालाच पटणं शक्य नव्हतं.

त्याचा काय परिणाम होणार याची तिला सुतराम कल्पना नव्हती. तिच्या वाढदिवसाच्या निमित्ताने अल्बर्ट घरी आला होता. एक पंचतारांकित हॉटेलात वास्तव्य करणारा, तिच्या चार खोल्यांच्या साध्याशा फ्लॅटमध्ये आल्याने ती संकोचून गेली होती.

अगदी प्राणिसंग्रहालयातल्या प्राण्याकडे पाहावं तसं नसलं, तरी शर्मिष्ठाची घरची मंडळी थोडी बिथरल्यासारखी वागत होती. अल्बर्ट मात्र अगदी मोकळाढाकळा वागत होता. त्याच्याबद्दल, कामाबद्दल आडपडदा न ठेवता सांगत होता. भारतात त्याने आधी दोन प्लँट्स आणि फॅक्टरीज उभ्या केल्या होत्या. भारतीयांविषयी त्याला आदर होता. त्याने दोन्ही हात जोडून कमरेत वाकून आई-वडिलांना नमस्कार केला तेव्हा आईच्या तोंडून आपोआप आशीर्वाद बाहेर पडल्याचं शर्मिष्ठाने पाहिलं होतं. जाताना त्याने शर्मिष्ठाला सोन्याचं कानातलं प्रेझेंट दिलं. त्या रुपेरी, सुंदर वेष्टनातच ती अडकून पडली. त्या डबीवरून तिने हलकेच हात फिरवला. अल्बर्टच्या नजरेतून ही गोष्ट सुटली नाही. ती अतिशय उत्साहात आणि आनंदात होती. अल्बर्टचा चांगुलपणा ती घरातल्या सगळ्यांवर बिंबवू पाहात होती. वडील दार लावून आत येताच तिने कानातल्याची डबी उघडून आई-वडिलांपुढे धरली. तिच्या चेहऱ्यावर हसू होतं. वडिलांनी डबी हिसकावून घेतली आणि कोपऱ्यात फेकली. शर्मिष्ठा भांबावून पाहत असतानाच त्यांनी तिच्या तोंडात लगावली. घरातल्यांच्या मते, ती त्यांच्या नावाला बट्टा लावायला निघाली होती. आई म्हणाली, ''गावभर तुझ्या नावाचा डंका आहे की गोऱ्या पोराबरोबर फिरतेय. आधी हे म्हणतच होते हॉटेलात नोकरी नको म्हणून. मीच ऐकलं नाही... वाटलं, आम्हाला नाही मिळालं काही करायला. बाहेरचं जग पाहता नाही आलं, ना चार पैसे स्वत:चे कमावून स्वत:ला वापरता आले; म्हणून तुला नोकरी करायला जाऊ दिलं. पण तू गैरफायदा घेतला. असं त्याच्याबरोबर राजरोस फिरताना तुला थोडीसुद्धा शरम वाटली नाही? काही आई-बापाच्या इभ्रतीची काळजी? पण मोकाट सोडलंय ना तुला... तुला बाकीचे कसे आठवणार? त्या थंडगार, चकचकीत हॉटेलात तुला नोकरी करायला पाठवलं होतं की मजा करायला? तिथल्या गाद्यागिर्द्यांवर लोळायला?''

''काय बोलतेस तू आई? कशाच्या गाद्यागिर्द्या? लोळत नाही, काम करते मी तिथं. मी काय केलंय? काय चुकलंय माझं?'' ती एकाच वेळी संतापली होती आणि केविलवाणी झाली होती. गालावर माराची हुळहुळ होती... ''माझ्या मनात काही वेडंवाकडं असतं तर मी त्याला घरी तरी आणलं असतं का?'' ती म्हणाली.

''नशीब, लग्न लावून नाही आलात...'' आई ओरडली.

''तो कशाला करतो काळ्या पोरीशी लग्न? चार दिवस इथं राहायचं, इथल्या पोरी फिरवायच्या... मौजमजा करून घ्यायची... संपलं! पण आपल्या पोरींना अकला पाहिजेत ना... का पैशासाठी आता बाजारात बसायचं? नंतर ती भुरी पोरं...'' वडील संतापून म्हणाले.

"मी तसं काही केलेलं नाही बाबा." शर्मिष्ठा रागाने ओरडली, तसे वडिलांनी तिचे हात हातात जोरात पकडले आणि स्वत:चा चेहरा पुढे करीत तिच्या तळव्यांनी मुस्काटात मारून घ्यायला सुरुवात केली.

"तू नाही, मीच अपराधी आहे. पापी आहे. तूच खरी. तो तनवाणी म्हणत होता तेच खरं... तुमची पोरगी बनेल आहे, तुम्हाला फसवतेय म्हणाला. तरी तूच खरी..."

एकीकडे बडबडत ते तोंडात मारून घेत होते. हात काढून घ्यायला तिची शक्ती कमी पडत होती. वडिलांच्या या रूपाने ती स्तंभित झाली होती. आपण काहीही बोललो तरी आई-वडील ऐकण्याच्या मन:स्थितीत नाहीत हे तिने ताडलं. रडत स्वत:चं निरपराधित्व सिद्ध करणं एवढा एकच मार्ग तिच्यापुढे होता आणि तनवाणीच्या उल्लेखाने ती रागाने पेटली होती; पण तनवाणी किंवा आणखी कुणी जरी असते तरी, त्याचा परिणाम मात्र अपेक्षेबाहेरचा असेल याची तनवाणीलासुद्धा कल्पना नव्हती.

एका दुपारी आईने तिला फोन करून घरी बोलावलं.

घाईने तिला साडी नेसायला सांगितली. तिला काहीही बोलू दिलं नाही आणि भास्कर आला.

हडकुळा, पाठीत किंचित पोक काढून चालणारा. रंगाने काळा. बसक्या नाकाचा. त्याची आई आणि बहिणीही होत्या बरोबर. बहीण लग्नाची होती. रूपाने भास्करसारखीच होती. यात तिचं लग्न का लांबलंय हे कळत होतं.

चहा-पाणी-बोलणं झालं.

तिथेच होकार देऊन ते लोक निघून गेले.

कुणी शर्मिष्ठाला विचारलं नाही. तिला तो आवडलाय किंवा नाही. हेही घरातल्या इतर कुणालाही लग्न ठरवायला बोलावलं नाही.

महिनाभरात भास्करच्या घरी तिची रवानगी झाली.

भास्करची आर्थिक परिस्थिती गरिबीची होती हे त्याच्या राहत्या घरावरून कळत होतं.

तो फारसा भावनिक नव्हता. उलट रोखठोक बोलायचा. बोलण्यात एक आढ्यता असायची. एकत्र येणंही तसंच व्यावहारिक असायचं.

मनाने संपूर्णपणे कोलमडून, भग्न झालेली शर्मिष्ठा एखाद्या कठपुतळीसारखी सगळं करायची. कुठे आनंद नाही, उल्हास नाही.

मध्येच तिला तिचं माहेर आठवायचं. अल्बर्टच्या आधीचं, मग अल्बर्ट,

मग नंतरचे तमाशे. तिला 'तमाशा' हा शब्द हटकून आठवायचा. आपल्या आयुष्यात स्वत:चा अजिबात सहभाग नसताना घडत जाणाऱ्या, घडत राहणाऱ्या घटनांशी आणि फिरणाऱ्या पात्रांशी लौकिकच संबंध असणाऱ्या अशा आयुष्याला दुसरं काय म्हणायचं?

आणि तशात भास्करने एक दिवस फर्मान सोडलं–
नोकरीवर परत जा. दुसरीकडे नोकरी मिळत नाही तर पहिलीच नोकरी कर. कारण त्याची परिस्थिती तिला घरी बसवून पोसण्याची नव्हती.

विलक्षण क्लेश, संताप, दु:ख... शर्मिष्ठाकडे पूर्णच पाठ फिरवल्यासारखं झालं होतं. निदान तिला तसं वाटत होतं. कुठलीही भावना तिच्या मनात ठरत नव्हती. नवीन लग्न झालेली ती, भास्करसाठी फक्त एखाद्या निर्गुण-निराकार पुतळीसारखी होती. कुठलीच उभारी नव्हती, ना उत्साह! ते दोघंच असल्याने सतत बरोबरच! त्यात तिचा सगळ्या गोष्टींवरचा विश्वास उडून गेला होता. मैत्री, प्रेम मा खोट्या गोष्टी असतात याची तिला खात्री झाली होती. रुबिना किंवा तनवाणीचं तोंड पाहण्याचीही तिची इच्छा नव्हती.

पण भास्कर ऐकत नव्हता.

'तुझ्या आई-वडिलांनी घाई करून मला लग्न करायला भाग पाडलं' असं घोकायचा.

'माझं मी भागवतो. तू तुझं पाहा' म्हणायचा. उंची कपडे, अत्तरं, घड्याळं, गाड्या याविषयी आसक्तीने बोलत राहायचा.

नाकर्त्या माणसाची ती आसक्ती. तिला तिटकारा यायचा. शेवटी कंटाळून पुन्हा ती कामावर रुजू झाली.

सगळे तेच. तसेच.

तनवाणी तशाच निर्लज्जपणे 'हाय शमी' म्हणायचा. रुबिना मधल्या वेळात तिच्याकडे लंचपॅक घेऊन यायची. जसं काहीच बदललं नव्हतं. ती एकटीच बदलली होती.

तिच्या मनाच्या चिंधड्या लपवीत काऊंटरमागे उभी राहून ती गुड मॉर्निंग करीत चेहऱ्यावर हसू फाकवीत घर, भास्कर आणि एकूणच सगळं विसरण्याचा प्रयत्न करायची.

...आणि पुन्हा अल्बर्ट आला. त्याला किल्ल्या देताना तिचे डोळे भरलेले होते आणि हाताला कंप होता. तोंडातून शब्द बाहेर पडला नव्हता. न बघताही समोरच्या काचेतून तनवाणी डोळे रोखून बघत असल्याचं तिला जाणवत होतं

आणि कोणतं नवं वादळ आपल्याला गाठणार याची भीतीही!

तिने दोन दिवस घरीच काढले.

तिसऱ्या दिवशी सकाळी फ्लॅटच्या दारात अल्बर्ट उभा!

न बोलता तिने त्याला घरात घेतलं. जसं हे सगळं होणारच होतं.

दार लावताच ती अल्बर्टच्या कुशीत शिरून हमसाहमशी रडत होती.

आपण असं का केलं असंही ती स्वत:ला सांगू शकली नसती! मन मोकळं करून तिने त्याला सगळी कथा ऐकवली आणि दुसऱ्या हॉटेलमध्ये राहायला जायची विनंतीही करून टाकली.

आता तिच्यात काहीच त्रास सहन करण्याची शक्ती नव्हती! पुन:पुन्हा त्याच्या छातीवर डोकं ठेवून ती जाणीवपूर्वक बाजूला होत होती.

मनात आत कुठेतरी खूप मोठा झंझावात होता आणि आश्चर्यजनक शांतताही!

"तू आधी हे घर सोड." अल्बर्ट म्हणाला होता. "माझ्याबरोबर चल... हे आयुष्य फक्त तुझं आहे, यावर फक्त तुझा अधिकार आहे. इतरांच्या मताने जगण्याची तुला गरज नाही. तू त्यांची मालमत्ता नाहीयेस. मी तुला अर्जेंटिनाला घेऊन जातो. सोड भारत."

तिच्या मनात वादळ घोंगावत शिरलं होतं. वयाची एकोणीस-वीस वर्षं शांततेत गेलेली आणि आता आयुष्य एका मोठ्या झंझावातात सापडलं होतं. अल्बर्ट तिच्याशी नवऱ्याच्या नात्याने वागत होता. कारण भास्करबरोबरचं तिचं लग्न ही एक सामाजिक तडजोड होती असं तो समजत होता.

ती मात्र भांबावून गेली होती.

सगळ्याच बाबतीत ती अनिश्चित होती. एकीकडे अतीव प्रेमाच्या ओढीने ती अल्बर्टकडे धावत होती. दिवसाच्या रात्री होत होत्या. तिच्या नोकरीने ही सोय आपोआप साधली होती आणि भास्करही तिच्या रोजच्या आयुष्याचाच भाग होता.

भीती, असुरक्षितता आणि लोकांच्या नजरांची, वळवळत्या जिभांची होत असलेली अतितीव्र जाणीव, यामुळे ती अंग चोरून वागत होती.

घरातून सकाळी बाहेर पडताना भास्करचा दोन खोल्यांचा संसार तिला उदास बनवत होता. एका बाजूला पुढच्या खोलीत एक कॉट, दोन खुर्च्या टाकून केलेला दिवाणखाना आणि रात्रीची तीच झोपायची खोली आणि तिकडे पंचतारांकित स्वच्छ, सुबक आणि सुखदायी खोली. त्यात अल्बर्टचा स्पर्श. अर्थातच हे फार लपण्यासारखं नव्हतं...! तिला आज जनरल मॅनेजर गौतमनं बोलावलं होतं. विषय कुठून कसा सुरू करायचा हा त्याला प्रश्न नव्हता. कदाचित हे पहिल्यांदाच

घडत नव्हतं. तो अनुभवी होता आणि तिचा अनुभवही त्याला कळतच होता. तो इंग्रजीत बोलत होता–

"शमी, मी तुला का बोलावलंय हे तुला माहिती आहे. तुझं रूम नंबर ४०६ बरोबरचं वागणं सभ्य आहे असं म्हणता येणार नाही. तो तुझा वैयक्तिक प्रश्न आहे; पण ही जागा मात्र वैयक्तिक नाही. काही वेळा हे समजण्यात गोंधळ होऊ शकतो. ही प्रायव्हेट फर्म आहे. तुझ्या वागण्याचा सगळ्या हॉटेलवर, स्टाफवर आणि आतल्या लोकांवर परिणाम होतोच. तनवाणीला तुझ्यात रस होता, तो याचा इश्यू करतो; पण मॅनेजर म्हणून माझी जबाबदारी आहे. तुझा निर्णय तू चटकन घे. तुझं हे प्रकरण बाहेर चालू राहिलं तरी माझी हरकत नाही."

स्वच्छ, कुठलाही सल्ला न देता गौतमने तिला हातानेच जाण्याची खूण केली. तिला सारखं रडू येत होतं. तिच्याकडे त्याने पाहिलंही नाही, ना तिला स्वत:चं स्पष्टीकरण देण्याची संधी दिली. बाथरूममध्ये जाऊन ती मनसोक्त रडली. रडताना आदल्या रात्रीचा प्रसंग तिच्यापुढे आला. रात्री वड्या करून आणल्याचं निमित्त करून आई-वडील आले होते. भास्कर त्यांना पाहून सिगारेटचा धूर घरात कोंडून बाहेर निघून गेला होता.

दोघंही चुळबुळताहेत आणि त्यांना आपल्याशी काही तरी बोलायचंय एवढं तिच्या लक्षात आलं होतं; पण विषय माहीत नव्हता. त्यांना बोलतं करायचं म्हणून ती म्हणाली,

"काय म्हणताय तुम्ही? फार दिवसांत माझं येणं झालं नाही घरी... एवढं काम असतं की जीव दमून जातो."

तिचं बोलणं संपायच्या आत वडिलांनी काडकन तिच्या मुस्काटात लगावली. आई घाईघाईने धावली. त्यांचा हात बाजूला करीत म्हणाली,

"लग्न झालेल्या पोरीवर हात टाकताय?"

"मग पूजा बांधू का तिची? काल भास्करराव आणि त्यांची आई आले होते घरी. तुझी वागायची ही पद्धत थांबली नाही तर मुलगी नांदवणार नाही हे सांगायला! सगळ्या जगाला हिचे चाळे काय चाललेत ते माहिती आहे. आधी शेण खाल्लं, आता लग्न लावून दिलं तरी हिचा जीव शांत झाला नाही, आताही खात फिरतेय..."

आई संतापून कळकळीने म्हणाली,

"शर्मिष्ठा, जनाची तर नाहीच आणि मनाचीही लाज सोडलीस! हेच संस्कार केले का गं मी? रोजच्याला तुझे वडील माझा उद्धार करताहेत. हेच तुला मी शिकवलंय म्हणताहेत... हे शिकवलं का गं?" ती मोठ्यांदा रडायला

लागली. आजूबाजूच्या लोकांच्या कल्पनेने शर्मिष्ठा संकोचून गेली. दुसरीकडे दु:खाने भरून गेली. आपल्या आणि अल्बर्टच्या संदर्भात कुणालाही माहिती नाहीये असं वाटत असतानाच हा बॉम्ब पडला.

"बिचारा भास्कर! तुला दाखवून लग्न लावलं ना? चार महिनेसुद्धा झाले नाहीत तो तू रंग दाखवायला लागलीस. सिगारेटी फुंकून फुंकून त्याच्या छातीचा पिंजरा वर आलाय. परवाच येऊन रडून, संतापून गेला. तुला थोडी लाज?" आई रडत रडत बोलत होती.

'म्हणजे भास्करला हे माहीत आहे?' तिच्या मनात आलं. 'रोज रात्री मला ओरबाडून काढताना तो अल्बर्टचे सुखद स्पर्शही ओरबाडून घेतो. त्याला पाहिजे ते घेताना तो तिच्याकडे धड पाहत नाही आणि दिवसा अल्बर्टने दिलेल्या इम्पोर्टेड वस्तू निर्लज्जपणे वापरतो!'

"तुला नवऱ्याची नाही आणि आमचीही कदर नाही. म्हाताऱ्या बापाच्या नावाला बट्टा लागतो पण खंत नाही. फक्त स्वत:चा विचार! एवढी डखाळली होतीस तर बाजारात का जाऊन बसली नाहीस?"

आई रडत भेकत बोलत होती.

"आईऽ" शर्मिष्ठा तोल जाऊन ओरडली. "बस्स! बस्स कर! एक शब्दही बोलू नकोस. तुझी मुलगी मेली समज. मी कधी जिवंत हाडामांसाची होते ते विसरून जा. माझ्याविषयी...? पोटच्या मुलीविषयी तू काय बोलते आहेस याचं तुला भान नाही ! आणि तो भास्कर...? कोण लागतोय गं तुझा? तो कुजट छातीचा पिंजरा... तो किडका माणूस... कोण तुझा? तुझ्या नावाला लागणारा कलंक झाकला त्याने म्हणून तू केवढी किंमत दिलीस! तुम्ही काय किंमत चुकवणार? किंमत चुकवतेय मी...! माझ्या शरीराची किंमत! मन मेलं माझं. मला ना घर आहे ना आईबाप. तो मला नांदवणार नाही या भीतीने आलात तुम्ही. माझी काळजी आहे म्हणून नाही. कशी आई आहेस तू? पोटचा गोळा असा लोकांसाठी खाईत टाकलास? कशाला शिकवलं मला? कशाला सारखं स्वत: पायावर उभं राहा म्हणत होतीस? अंधारे कोपरे धरून डोळे पुसायचीस तू – तुला मी तशी व्हायला नको होते ना? बोल ना."

आई काही न बोलता खाली मान घालून बसलेली होती. म्हणाली.

"म्हणून अशी वाग असं शिकवलं नव्हतं मी..."

शर्मिष्ठा उरीपोटी रडत होती. चिडून कळवळून बोलत होती.

"कशी वागले गं मी? कधी मला विश्वासात घेऊन तर बोलायचं? इतरांवर ठेवला तेवढा विश्वास तर ठेवायचा. नुसतं स्वत:च्या बळावर उभं राहा म्हणालीस, कसं ते सांग ना. काही नवं घडताना जुनं थोडं बाजूला पडणार हे कळलं नव्हतं

तुला? मला माणूस म्हणून जगू देण्याची संधी तू हिरावून घेतलीस आई! मी जगू तर कशी? भास्कर मला पसंत आहे का, एवढं तरी विचारलंस का? तो कसा वागतोय, विचारलंस? मी कशी जगते, केली चौकशी? मग आज हे सांगायला का आलीस? भास्करनं मला टाकून दिलं तर मी माहेरी येऊन बसेन म्हणून?''

ती एकदम हतबल, असहाय झाली... रडू लागली. केव्हा सगळे गेले तिला कळले नाही.

रात्री भास्कर घरी आला नाही.

आणि आज गौतम म्हणत होता की तुझं आयुष्य तू कसंही जग. आम्हाला दोष नको.

आई-वडिलांनाही दोष नको होता. भास्करलाही नको होता आणि आता कामाच्या जागेवरच्या लोकांना आणि मित्र म्हणवणाऱ्यांनाही नको होता. निर्णय घेण्याची तिला वाटत होतं त्यापेक्षाही वेळ जवळ येऊन ठेपली होती. असा हा निर्णायक क्षण कधी आपल्या आयुष्यात येईल असं तिला वाटलं नव्हतं. किंबहुना आत्ताचाच तो क्षण आहे हेही तिला कळत नव्हतं. बेसीनवर वाकून पाण्याचा नळ जोरात सोडून तिने पाणी तोंडावर मारायला सुरुवात केली.

तोंड वर केलं तेव्हा पाठीमागे रुबिना उभी असल्याचं तिला आरशात दिसलं.

''काय झालं?'' रुबिनाचा प्रश्न निरर्थक होता. तिला गौतमच्या केबिनमध्ये काय झालं ते माहिती असल्याशिवाय ती पाठोपाठ आली नव्हती. तिच्या डोळ्यात सगळं समजल्याची कणव होती.

असे अनेक प्रसंग कदाचित तिने पाहिले होते!

''काही नाही.'' शर्मिष्ठा शांतपणे म्हणाली.

''तो जातोय ना पुढच्या आठवड्यात?'' रुबिनाचा प्रश्न तिच्या लक्षात आला.

''माझं तर डोकंच चालत नाहीये रुबिना. कुणाचा आधार नाहीये. घरचे हे असे. भास्करकडे जाण्याची माझी इच्छा नाही. स्वतंत्र मी जगू शकत नाही. मी काय करू...''

तिने कपाळावर मूठ आपटत विचारलं. तिच्या डोळ्यांतून अव्याहत पाणी वाहत होते. ते पुसण्याचा प्रयत्नही तिने केला नाही.

''माझ्या घरी चल.'' रुबिना म्हणाली.

''नको नको. तुला नाही मी त्रासात टाकत. माझ्यामुळे किती जणांना त्रास...'' शर्मिष्ठा घाईघाईने म्हणाली.

रुबिना तिला समजावत म्हणाली,

"भास्करला सोडलंस तर तुझ्यापुढे दोन पर्याय आहेत. एकतर माझ्याकडे राहा. वादळ जिरून जाईपर्यंत. नंतर नव्यानं आयुष्य सुरू कर. अर्थात अल्बर्टची खात्री नसली तर! त्याची तुला खात्री वाटत असेल, त्याच्यावर पूर्ण विश्वास असेल तर त्याच्याबरोबर निघून जाणं हा एक पर्याय आहे. मला वाटतं, तुम्हाला दोघांना तो मान्य आहे. परकीयाशी लग्न करून गेलेल्या सगळ्याच काही दुःखी होऊन, घटस्फोट घेऊन परत येत नाहीत. अल्बर्ट तशातला वाटत नाही. तो स्वतः तुला 'चल' म्हणतोय. तुझ्या सगळ्या फॉरमॅलिटीज होईतो तू माझ्याकडे राहा. त्याच्याशी बोलून घे."

रुबिना गेली.

शर्मिष्ठा तशीच भिंतीला टेकून उभी होती.

अनिश्चिततेच्या मोठ्या महासागरात ती प्रवेश करीत होती.

बाहेर थंड शांतता होती. तिच्यात कोलाहल होता. तिला वाटलं, आधाराचे वाटलेले सगळे किनारे ती सोडतेय. वाळूवरच्या ओल्या पाऊलखुणा तिला दुसऱ्या किनाऱ्याला नेताहेत.

■

अस्तित्व

कुणी कुणाचं नसतं हे कळेपर्यंत अर्ध्याच्या वर आयुष्य निघून जातं! मग वाट कशाला पाहायची? सहजीवन कशाला म्हणायचं? आईचं काय? त्या भाबड्या मायमाऊलीचं काय? आता या वाढत्या वयात गरम रक्त थंड झाल्याची चाहूल लागते. ही एक नवीन जाणीव की किती किती गोष्टींवर आपण अवलंबून होतो! असं अवलंबून राहणं हा एक मोठा मूर्खपणा आणि एकदमच समोर आलेला हा अस्तित्वाचाच झगडा. आज असं वाटतंय की, वामनाचा पाय आपल्याच डोक्यावर होता, पाताळात ढकलायला; की घरावरच होता तो?

सुमाने डोळे मिटले. फटाफट काळोखाची किती तरी दारं उघडून काळोखाने सगळ्या उजेडालाच गिळल्यासारखं झालं. एक प्रकाशमान लाल ठिपका आणि त्यातून गुंडाळी सुटल्यासारखा झरझर उलगडत जाणारा विचार. मग अशा अनेक उलगडत जाणाऱ्या गुंडाळ्या. पतंगांच्या काटाकाटीत तुटत जाणाऱ्या धारदार मांज्यासारखा एखादा. अनेकदा नुसता धाग्यांचा गुंता. कटून तुटल्यासारखा, एखाद्या भरकट जाणाऱ्या पतंगासारखा. दोन हात. कशाकशाला लगाम घालणार? डोकं, डोळे की चेहऱ्याला? की छाती फोडून बाहेर येणाऱ्या छातीच्या ठोक्याला?

"सुमा," कुठून तरी अनामिकातून आलेला अनोळखी आवाज.

"सुमा," आवाज ओळखीचा. तिने डोळे उघडले. डोळ्यांवरच्या दाबामुळे अर्ध्या चित्रासारखी आईची आकृती. उजवा पूर्ण भाग अंधारल्यासारखा. तिने जोरजोरात पापण्या फडकावल्या. डोळे फिरवले. नीट दिसण्याचा नाद सोडून दिला.

"सुमा, असं काय करतेस? बरं आहे ना?" आई मायेने म्हणाली.

"छान आहे." तिच्या मनात एकदम उपहास जागा झाला. आता बरं काय असायचं? तुला कळत नाहीये तेही ठीक आहे. नाहीतर अशा ठिकऱ्या होत जाणं तुला सोसलं असतं की नाही कोण जाणे. कदाचित तुला हार्ट ॲटॅक आला असता. एकदम गप्प व्हावं, धडाडणारं यंत्र विजेअभावी एकदम गडगडायचं

थांबावं तसं किंवा भरधाव गाडीला एकदम ब्रेक लागावा तसं.

आईच्या मायाळू चेहऱ्याची तिला कणव आली. दया आली.

"ठीक आहे." ती वरकरणी म्हणाली.

गेल्या अठ्ठावीस वर्षांतली पहिली पाच अज्ञानातली सोडली, तर फक्त वरकरणी खरं वाटावं असं बोलण्याचे प्रसंग थोडे आले. किती वेळा आपण आईशी मोकळं बोललोय? इतकी वर्षे गेली. म्हणजे कधी सरकली कळलंच नाही. मग आज असं बोलावं का लागतंय? गेली सगळीच वर्षे आपण पपांवर अवलंबून होतो. काय मिळवलं तसं राहून? आणि खरं तर काय मिळवायचं होतं आपल्याला? गेली सहा वर्षं आपण दूर राहिलो. म्हणजे स्वत:पुरतं तरी शरीरातच. तेव्हाही पपांचा मजबूत धागा आपल्याला इकडे ओढतच होता आणि चार-सहा वर्षांत घर इतकं बदललं? फक्त एवढी एक आई बदलली नाही.

तिने आईकडे निर्हेतुक पाहिलं. कळायला लागलं तसं आपण हिची नेहमीच कणव करीत आलो बहुधा. उत्तमच असलेल्या स्वत:च्या बुद्धिमत्तेचा दिमाख मुगुट चढवल्यासारखा. तो अजूनही उतरला नाहीच डोक्यातून. चढती भाजणी. उतार माहीतच नव्हता आपल्याला. तेव्हापासून ही अशीच कणव कराविशी वाटलेली.

जो जो ज्ञान वाढत गेलं तो तो आई कमी कुवतीची का वाटत गेली? कळत नाही.

पण आज तिला तिचा विलक्षण राग आला. जगाकडे असं डोळे मिटून चालतं का? ही तर मिटूनच बसलीये ! तिचं घर – तिचा कोष.

कोषात राहात सुरक्षित वाटून घेणं.

आपल्याला तरी कुठे कळलं होतं? हिच्याइतक्याच विश्वासानं आपण तरी कोषातच राहत होतो की! काल त्या कोषाचं दार किलकिलं वगैरे व्हायच्या ऐवजी बॉम्बस्फोटासारखं होऊन कोशच उद्ध्वस्त झाला!

पण हिला कसं कळावं की ज्या कोषात ती राहतेय, तिथे सुरक्षित अंधार आहे?

"सुमा," आई काळजीच्या आवाजात म्हणाली.

डोक्यात विचारांचे धबधबे आणि आपलं दलदलीत रुतत जाणं. बाहेर पडायच्या प्रयत्नात खोल, आणखी खोल जाणं. डोळ्यांपुढे नुकतंच बघितलेलं चित्र फिरून फिरून येतं. जुन्या पद्धतीच्या रेकॉर्ड प्लेअरवर पिन अडकल्यासारखं. आणि मग दचकून भानावर येणं...

दचकणं कशाला? वयाच्या तिशीला आपण अशा प्रसंगानं दचकलो, आश्चर्यचकित झालो, खाडकन शुद्धीवर आलो, यावर कोण विश्वास ठेवील?

उलट वयाच्या तिशीला जगातल्या बऱ्याच गोष्टींचं व्यवहारज्ञान झालेलंच असतं असं गृहीत तत्त्व नाही का? स्त्री-पुरुष संबंध पाहिले नसले, उपभोगले नसले तरी त्याचं ज्ञान आपल्याला असतं, तरी स्वतःच्या घरात, स्वतःच्या श्रद्धास्थानानं अशा पद्धतीने धक्का दिला तर वयाच्या पन्नाशीतही आपण असेच दचकलो असतो!

जगाच्या रंगभूमीवर चाललेले अनेक अनैतिक प्रकार तिला माहिती नव्हते? कोण जाणे! पण देवाच्या जागेवर बसवलेल्या माणसानं तोडलेल्या विश्वासाचा दचक असाच असणार! भक्तीच्या निरागसतेला कुठे वय असतं?

"कळत का नाही मला?" आई म्हणाली तशी ती दचकली. आपल्या विचारांचं सूत हिच्या टकळीवर कसं गेलं? आपले डोळे बंद होते तर!

आईचा गोरापिट्ट हात तिच्या कपाळावर टेकला. सोन्याच्या पिवळ्याधम्म बांगड्यांतून लाल काचेची रेघ तिच्या डोळ्यांवर चमकली.

"डोकं दुखतंय का? ऑफिसातून आली तशी पडूनच आहेस. वाटलं, पडशील दहा-पाच मिनिटं. आता अंधारून यायला झालंय.

स्वच्छ गोरा चेहरा. मऊ हाताची माया. निर्मळ. हिचा चेहरा इतका स्वच्छ राहातोच कसा?

स्वामीनाथनने तिला विचारलं होतं, "तुला चेहऱ्यावरून माणसं ओळखू येतात?"

त्या वेळी ती 'हो' म्हणाली तरी नंतरच्या आत्मपरीक्षणात तिच्या लक्षात आलं होतं की ते उत्तर चूक होतं. चेहऱ्यावरून माणसं ओळखू येतच नाहीत मुळी!

पपांचा चेहरा – आणि ती अडखळली.

आत काही तरी कडकड करीत मोडत गेलं. तिच्या डोळ्यांच्या कडांशी पाणी जमले.

दमणं आणि झोप लागणं, खाणं-पिणं आणि जगत राहणं. या भोळ्या जिवाला कशाला सांगा? फार कष्ट करून झालेत हिचे. चार लेकरं पोसली, वाढवली.

"बोलत नाही का गं? चहा घेते की जेवायला बसणार?"

"दुसरं काही सुचत नाही का गं तुला?" सुमा कदरून उठून बसली.

"रूपन येईल आत्ता. ती आली की बरोबर बसा."

रूपन. आई-बाबांचं लाडकं आणि वाया गेलेलं लेकरू.

बरंच झालं ती वाया गेली. पपांवर आपण टाकला तसा आंधळा विश्वास तर टाकला नाही.

रूपन म्हणायची, "पपा, प्लीज. तुमचं तत्त्वज्ञान मला समजत नाही. तसलं मला काही सांगू नका. ते ताईला सांगा. ती तुमची खरी शिष्या आहे. अगदी पावलावर पाऊल टाकणारी. ना इकडे पाहते ना तिकडे. 'पपा वाक्यं प्रमाणम्' मांडीला भुंगा लागला तरी गुरूची झोप मोडू नये म्हणून वेदना सहन करणाऱ्यासारखी."

पपा म्हणायचे, "बेटा, संपूर्ण विश्वासाशिवाय, श्रद्धेशिवाय माणूस कर्म करू शकत नाही. गांधींवर देशानं टाकलेला विश्वास, अर्जुनानं श्रीकृष्णावर टाकलेला विश्वास किंवा बाळानं आईवर टाकलेला विश्वास हा असाच आहे. त्यातूनच थोर कर्तृत्वाचा जन्म होतो."

असेच दाखले ते सतत द्यायचे. त्यांच्या तोंडून बाहेर पडणारे शब्द झेलणारे त्यांचे किती तरी विद्यार्थी होते, शिष्य होते. समाजातले गणमान्य होते.

पपांसारखी तत्त्वाने जगण्याची अनेकांची सुप्त आकांक्षा होती. इच्छा होती. व्यवहारी जगात माणूस नीतितत्त्व पाळू इच्छित असेल तरी ते शक्य होत नाही, म्हणून कुढणारे अनेक जण पपांकडे श्रद्धेने पाहातात, याचा सुमाला अभिमान होता.

अंधाराच्या वाटेवर ते प्रकाशाची मशाल होते.

पुन्हा आडवं होत तिने डोळ्यांवर आडवा हात धरला. दाबून काही दिसू नये असा हट्ट; पण डोक्यात सुदर्शन चक्रासारखा वेगाने चाललेला विचार थोपवता येईना.

एक चित्र– हळूहळू साकार होत जाणारं. पाण्यातून भली मोठी पाषाणमूर्ती हळूहळू वर येत जावी – आडवी – तशी. एकेक अवयव, एकेक रेष विस्कटत उभारत जाणारी आकृती.

अंधारातून उमटत जाणारं अंधारचित्र.

ती उठून बसली. छाती भरून आली होती. बेसीनवरच्या आरशात ओला चेहरा पाहताना तिचा चेहरा तिला आईइतकाच स्वच्छ दिसला. वादळाचा मागमूसही नसलेला. तेवढ्यात रूपन आली आणि 'हाय' म्हणत नाहीशीही झाली. ओल्या चेहऱ्याने बल्बच्या प्रकाशात तिच्या मनात दोन गोष्टी आल्या. रूपन हल्ली सुखदेवबरोबर असते आणि आपलं वय दिसत नसलं तरी तिशी ओलांडलीये.

तिच्या मनात आलं – हल्ली नेहमीच येत होतं– काय हव्यास आहे हा? ज्ञानार्जनाचं मदतकार्य. 'काय फक्त माझंच कर्तव्य आहे?'

'हा माझा पहिला मुलगा. पहिला बेटा कर्तृत्वाने मोठा!' असं पपांनी किती तरी वेळा म्हटलंय. आपला ऊर फुगला दर वेळी. आईच्या डोळ्यांत कौतुक आलं. सकाळी तिला उठवताना पपा म्हणायचे. 'उठा वाघोबा' आणि हेही की

'वाघ उपाशी मरेल, पण गवत खाणार नाही!'

वाघोबा? तिचे डोळे भरून आले. तिला वाटलं, आपल्यातली कमकुवत स्त्री पुन:पुन्हा जागी होतेय. दोन धारा आणि हुंदका तिने नॅपकिनमध्ये दडपला.

"जेवण लावू?" श्यामाबाईंनी विचारलं. प्रयत्नपूर्वक त्या दिशेने न पाहता तिने त्यांना नाही म्हणत मान हलवली. सवयीने त्या हसल्या. तिच्या दृष्टीने त्या लागट हसल्या.

"जेवणाबिगर कसं जमलं? जीव थकून गेल्यावर खायला नको वाटतंय तरी अन्न पोटात गेल्याबिगर जमत नसतंय–"

ही बाई एवढ्या मोठ्यांदा बोलण्याचं धाडस कसं करते? मी जेवेन नाही तर भुकी मरेन. तुला काय करायचं? तरीही ती शब्दहीन आत गेली.

शामाबाईला पाहताच डोक्यात रागाची सणक चढत गेल्याचं तिला जाणवलं.

"तुम्ही जा. मी जेवीन."

"पर साहेबाचं जेवण व्हायलंय ना–" श्यामाबाई ओट्याला चिकटल्यासारख्या तिला वाटल्या. या नेहमीच्या संभाषणातला वेगळा संदर्भ तिला लागला. गेल्या काही दिवसांपासून आपण नकळत असे संदर्भ लावत चाललोय असं तिला जाणवलं. आई का नाही थांबत इथे? पपांना का वाढत नाही? तिचा रागीट, मुका चेहरा आता आईकडे सरकला. त्यांच्या वेळा निश्चित नाहीत म्हणून आम्ही मुलंच तिला थांबत जाऊ नकोस म्हणालो.

तिला अन्न गिळेना. ताटात गिचमिड करून ती उठली.

"जेवण काई करीना बाई," हनुवटीला हात लावून काळजीयुक्त आवाज काढीत श्यामाबाई ताट उचलू लागली. तिचा पदर किंचित ढळला. छातीचा उभार आणि पदराच्या बाजूने तटतटलेला पुष्ट भाग सुमाच्या नजरेत घुसला. असं सौष्ठव आईत उरलं नाही. तिने बेरीज-वजाबाकी करणं सुरू केलं. आईमधली वजाबाकी मोठी होती. श्री शिल्लक कमी.

पपा म्हणायचे, "फ्रॉइडच्या मते सेक्स माणसाच्या आयुष्यात महत्त्वाची भूमिका करतो हे मला पटत नाही. कारण प्रत्येक गोष्टीला तोच निकष कसा लावणार? इतर किती तरी गोष्टी एकात एक अडकलेल्या आहेत. कर्तृत्ववान माणसामध्ये इतर माणसांसारखेच स्वभावाचे कंगोरे नसतात की काय? तोही एक माणूसच असतो. सेक्स हा एक भाग जरूर आहे, पण पूर्ण आयुष्य नाही. कधी कधी काम करताना इतर बारक्या गोष्टींना फाटा द्यावा लागतो."

'फाटा'. तिच्या डोक्यात रागाने फणा काढला. किती विश्वास ठेवला आपण पपांवर! कळतंय तेव्हापासून 'पपा वाक्य' हेच ठेवलं. ते वाक्य ब्रह्मवाक्य मानलं, त्यांच्या सांगितल्या गोष्टीला, त्यांच्यासह श्रद्धास्थान मानलं.

डॉक्टर, इंजिनिअर न होता संशोधक व्हायचं ठरवलं ते पपांमुळे. त्यांच्या खंबीर मतामागे भरीव रस्ता असणारच हे पक्कं धरलं. पदवी परीक्षेला पवनच्या प्रेमात पडली. मन किती मागे ओढलं तरी ओढलं जात नव्हतं. अति अवघड काळ! फार जड गेलं.

पवन म्हणाला होता,

"तुझं जुनाट सुमती हे नाव तुझ्या प्रेमळ पपांनी ठेवलं खरं; पण त्यांना स्वत:च्या डोक्यानं न चालणारी मतिमंद मुलगी अपेक्षित होती. ती तू आहेस. ते इतके शहाणे आहेत तर प्रेम ही नैसर्गिक गोष्ट आपल्या पोरींच्या बाबतीत घडू शकते हे कळत नाही की काय त्यांना? ते तुला शीक म्हणताहेत आणि यशाचा तुरा स्वत:च्या पागोट्याला लावायला पाहताहेत. तू डोळे उघड मायबाई – "

पण तिच्या डोळ्यांत प्रेम असलं तरी विश्वास आई-पपांचा होता.

अगदी तिशीला सत्यव्रत तिच्या आयुष्यात आला. एक वर्ष झालंय बहुधा. प्रयोगशाळेत मायक्रोस्कोपच्या निमित्ताने मागे उभं राहून तिच्यावर जवळ जवळ रेलायचा. डोळ्यांनी, हातांनी, स्पर्शानं तिला जागं करायचा. फुलणाऱ्या शरीराला लगाम घालीत ती मान हलवून असमर्थता दाखवायची. तो हसायचा.

"इडिपस कॉम्प्लेक्स, बेबी."

ती जोरजोरात मान हलवून नकार द्यायची. या सरधोपट संज्ञेचा तिला राग यायचा. याची गरज नाही. कुठल्याही माणसाविषयी जगाला आदर असतो. तो कॉम्प्लेक्स माझा जरूर आहे; पण पपा इज पपा. ते माझे वडील योगायोगाने झाले इतकंच!

एकदा तिला जवळ घेत सत्यव्रत म्हणाला होता– "पुस्तकातली भाषा, बोलीभाषा, संशोधनातली भाषा तुला कळते; पण शरीराची भाषा का कळत नाही? की कळतेय पण तू नाकारतेस?" त्याने जवळ ओढून धरत तिच्यावर ठिकठिकाणी ओठ टेकवायला सुरुवात केली. ती सैल होत गेली; पण मनातल्या घड्याळाचा गजर झाला. ती आखडली.

पपांच्या ध्येयाच्या भाषेत सगळं लुप्त झालं– नैतिकतेची भाषा, ध्येयाची भाषा, चांगल्या वर्तणुकीची भाषा, समाजाची भाषा, कृतीने तयार होणाऱ्या प्रतिक्रियेची भाषा, चांगुलपण टिकवण्याची भाषा, जे जे वाईट आहे ते उघड बोलण्याची भाषा, न पटलेलं सांगण्याची भाषा, आत्मविश्वासाची भाषा.

एकाच धड्यात असंख्य भाषांचे पपा. त्यांचं नाव नैतिकतेला, चांगुलपणाला जोडलं गेलेलं.

तिला आप्त सांगायचे, "त्यांना फ्रान्सची शिष्यवृत्ती मिळाली. दोन वर्षं तिकडे राहिले. तुझ्या आईला घेऊन जाऊ शकले नाहीत. पैसा नव्हता ना. पण

पॅरिसच्या मायानगरीतून अगदी स्वच्छ परत आले! याला चारित्र्य म्हणतात. भल्याभल्यांना हे जमत नाही. ढेपाळतात. घसरून जातात; पण हा तसा नाही.''

आई म्हणायची,

''त्यांची एक विद्यार्थिनी होती. तत्त्वज्ञानात तिला डॉक्टरेट करायचं होतं. सारखी येऊन बसायची. तासन्तास ते बोलायचे आणि खुळ्यागत ती ऐकत बसायची; पण नजर वर करून कधी पाहिलं नाही ह्यांनी.''

एरवी हे सुमाने ताबडतोब मान्यच केलं असतं; पण आज मनात प्रश्न आला, 'ते बोलत होते तेव्हा तू कुठे होतीस आई? की पपांनीच खोलीतून बाहेर आल्यावर तुला ही गोष्ट सांगितली आणि विश्वासाने तू ती खरी मानली?'

कधीकधी पपा हसून म्हणायचे, ''लोक वर वर काही म्हणोत मनातून मात्र वचकतात मला. प्रामाणिकपणाचं हे सामर्थ्य असतं! नाव ठेवायला जागा नाही. भ्रष्ट माणसं आपोआप चार हात दूर राहतात.''

सुमाला याचा अभिमान वाटायचा. हा आपला आदर्श हे न बोलताही ठरून गेलेलं. पवनबद्दल ती आईजवळ न बोलता फक्त पपांजवळ बोलली. तेच तिला समजू शकणार होते.

''संयम हा मोठा अवघड गुण आहे बाणवायला.'' पपा म्हणाले. ''पण माझ्याकडे बघ. जगताना अनेक गोष्टींकडे पाठ फिरविली तेव्हा इथे पोहोचलो. तोल सांभाळावा लागतो. तुला इतरांपेक्षा वेगळं व्हायचं ना? मग हे वेगळेपणसुद्धा जागं ठेवायला लागेल स्वत:मध्ये.''

पवनने तीन वर्षे वाट पाहून लग्न करून घेतलं आणि सत्यव्रतने तर अगदी सहा महिन्यांपूर्वी तिला शेवटचं विचारून...

आपल्या आंधळेपणावर ती भयंकर चिडली. पपांच्या भलावणीवर, पपांवरही,

''झालं जेवण? असं अर्धवट जेवून प्रॉब्लेम होईल. दूध आणू का नाही तर?''

खोटी काळजी दाखवीत श्यामाबाई अघळपघळ म्हणाल्या.

''नको.'' त्यांच्याकडे पाहणं अतीव त्रासाचं आहे हे तिला पुन्हा उमगलं.

''बरं मग साहेबांना नेऊन देते.'' त्या म्हणाल्या.

''कशाला? आई नेईल जाताना.'' ती म्हणाली, आजवर या बाईला रोखलं कसं नाही?

''अगं, येऊ दे ठेवून, मी थोडा वेळ खालीच थांबून टीव्ही पाहते.'' आई म्हणाली तशी सुमा निरुत्तर होऊन टकटक पाहतच राहिली. तिच्या रागाला पारावर राहिला नाही.

''निर्बुद्ध बाई! स्वत:च्या पायावर धोंडा पडतोय – डोळे उघड.'' ती मनात

ओरडून म्हणाली, ''आंधळी आहे ही! का माझ्यासारखीच मूर्खासारखी विश्वासून आहे देव जाणे!'' रागाने हातातला पेला तिने जोरात जमिनीवर फेकला. कपाटाचा दरवाजा खाडकन बंद केला. आवाजांनी श्यामाबाई थबकून पाहायला लागल्या. तिला शरमल्यासारखे झालं.

''काही नाही. हातातून पडला!'' पडक्या आवाजात ती सुसंस्कृतपणे म्हणाली आणि चेहरा लपवला. रडू तिच्या चेहऱ्यावर येऊन थांबलं होतं. पळत स्वत:च्या खोलीकडे येऊन तिने दाराला आतून कडी घातली. खिडकीच्या ग्रीलवर डोकं टेकून तिने जोरात नि:श्वास टाकला. उदास, उदास झाली.

श्यामाबाईंचा सुघटित देह जिन्यावरून वर चढताना तिला दिसू लागला. नऊवारीतून त्यांचा दिसणारा पुष्ट पुठ्ठा, भरीव पोटऱ्या, घरच्या खाण्याने बदललेला काळा टवटवीत रसदार रंग. संतापाने तिने चेहरा दोन्ही हातात लपवला. कुणाला सांगावं? हे ओझं पेलवत नाही.

तिने रिसर्च पेपर लिहायला घेतला आणि काही न लिहिता नुसती बसून राहिली.

कुणी कुणाचं नसतं हे कळायला अर्ध्याच्या वर आयुष्य निघून जातं! मग वाट कशाला पाहायची? कुटुंब कशाला म्हणायचं? घर कशाला म्हणायचं? सहजीवन कशाला म्हणायचं? आईचं काय? आता वाढत्या वयात गरम रक्त थंड झाल्याची चाहूल लागते. ही एक नवीन जाणीव की किती किती गोष्टींवर आपण अवलंबून होतो; आणि असं अवलंबून राहणं हा एक मोठा मूर्खपणा, हेही नव्यानेच कळतय. एकदमच समोर आलेला हा अस्तित्वाचाच झगडा.

आज असं वाटतंय की, अदृश्य वामनाचा पाय आपल्याच डोक्यावर होता. पाताळात ढकलायला ! का घरावर होता तो? याविषयी आपण अनभिज्ञ होतो. बापरे ! कळलं कसं नाही आपल्याला? नाकासमोर सुसंस्कृत जगत गेलो. बाहेरच्या जगात गेलोच नाही? व्यवहारातल्या सगळ्या गोष्टींची दखल घेतलीच नाही. मूर्खपणाची हद्द झाली.

समोर पाहात ती बसून राहिली. बाहेरच्या धुरकट, अंधारातून एक चरित्र पुन्हा तिच्या पुढे हळूहळू रेषा जुळत जुळत.

अंधुक प्रकाश.

ती वर चढून गेली. पायात सपाता नव्हत्या. बहुधा पायाचा आवाज आला नाही. मधल्या कॉरिडॉरमधली पाव खिडकी उघडी. बहुतेक बाहेरून कोण येतंय याचा अंदाज बांधता यायचा. इथे पपांची स्टडी होती. तिथे एक कॉट होता. टेबल-खुर्ची वगैरे. खिडकीसमोरून भिंत ओलांडून गेलं की आधी बेडरूम,

त्याच्यामागे स्टडी.

दिवा चालू होता. पपा स्टडीत असतील म्हणून ती अगदी अनाहूत पुढे आली. स्टडीत दिवा नाही. अंधुक प्रकाश. त्या प्रकाशात एकमेकांच्या मिठीत असलेल्या दोन व्यक्ती.

"पपाऽ" काही न कळून तिने अस्पष्ट विचारलं. दुसऱ्याक्षणी स्टडीचं बाहेरचं, खालच्या जिन्याकडचं दार उघडल्याचा आवाज झाला. त्यातून कोणी तरी बाहेर पळालं. दार लागल्याचा आवाज झाला.

अंधूकपणाला सरावलेल्या डोळ्यांना श्यामाबाई दिसल्या. त्यांचं ब्लाऊज अजून उघडंच होतं. असं काही होईल अशी त्यांची अपेक्षा नव्हती. त्यांनी झटकन पदर सारखा केला.

"बाहेर कोण गेलं?" सुमा करड्या आवाजात म्हणाली. त्या घुटमळल्या. "आणि तुम्ही काय करताय इथे?" सुमाकडे उत्तरासाठी वेळ नव्हता.

"झाडून घेतेय." त्या निर्लज्जपणे म्हणाल्या. "या वेळी?" तिचं आश्चर्य "आणि बाहेर -?" त्या घुटमटल्या."

"साहेब?"

ती बाहेर धावली. जिन्याच्या खालच्या पायरीवर बागेकडे तोंड करून पपा उभे होते. अनवाणी,

सपाता बहुधा स्टडीत राहिल्या असाव्यात.

आश्चर्य आणि आघाताने सुमा स्तब्ध उभी राहिली. थरथर कापत. डोळ्यांमध्ये समोरचं दिसू नये इतकं पाणी. दुसऱ्या क्षणी ती जागा संतापाने घेतली. उलटी फिरून ती तरातरा निघाली. पपा चार पायऱ्या एकदम चढून आले.

"सुमा, ऐक तरी, तुझा काही गैरसमज होतोय."

तिने त्यांचा हात झटकून टाकला. समोरच्या भिंतीला चिकटून ती थरथर कापत उभी राहिली. डोक्याच्या चिंधड्या उडताहेत असं तिला वाटलं. आपल्याला कशाचं रडू येतंय हेच तिला कळेना. शुद्धीत नसल्यासारखी ती अर्थहीन बडबडली.

"पपा– माझं काही नाही. पपा– मी– नो ग्रज. प्लीज, मला कळतंय, मला कळतंय."

तरीही तिला काहीच कळत नव्हतं. हा शॉक इतका जबरदस्त होता की ती सारखी रडत होती. तेवढ्यात श्यामाबाई तिच्या अंगावरून पुढे निघाल्या. हुकमी आवाजात ती ओरडली, "काय तमाशा चाललाय? लाज वाटते का? ज्या थाळीत खाता त्याच्यातच थुंकता?"

"सुमा–" पपांच्या आवाजात अजीजी होती. तिकडे संपूर्ण दुर्लक्ष करीत तिने शामाबाईंवर डोळे रोखले.

"मी तर म्हणाले होते इतक्या सांजंचा कशाला झाडू मारायचा? पण साहेब म्हणाले म्हणून..."

त्यांना जाताना थांबवण्याचं त्राण तिच्यात नव्हतं. ती त्यांच्याकडे पाहून जोरात थुंकली.

पाठोपाठ पपा निघाले. त्यांनाही जरबेच्या आवाजात ती म्हणाली.

"थांबा, चाललात कुठे?"

कशाला थांबवलं हे तिलाही माहीत नव्हतं. "स्टडीतली जाळी लागलेली काढ म्हणून सांगायला मी आत गेलो तेवढ्यात तू आली. मी घाबरल्यानं निघून गेलो." पपा म्हणाले.

"अंधारात? जाळी? विश्वास बसेल असं बोला आणि पळालात कशाला?"

घाबरल्याने तिच्या आवाजात उपहास, संताप, खेद किती तरी गोष्टी एकदम होत्या. पपांनी सबुरीचा हात केल्यासारखे केलं. म्हटले,

"तुझा गैरसमज होतोय सुमा. तेवढं सांगून मी बाहेर पडलो."

ती कडवट हसली. खोटं बोलत माणूस केवढा निर्लज्ज होतो आणि लागलीच खोटं खरंही मानायला लागतो!

पण तेव्हापासूनचा प्रत्येक दिवस जन्मठेपेची शिक्षा आहे. रोज समोर निलाजऱ्या श्यामाबाई. त्यांचं घाटदार शरीर. त्यांच्या शरीरावर गडद असलेल्या स्त्रीत्वाच्या खुणा. त्यांचा झंपरचा खोलगट भाग. छाती पुढे करून चालण्याची पद्धत आणि मागच्या डोलाऱ्याचे हेलकावे. सोबत उघड उघड दात काढणं, लगट लगट दात आणि नीतिमत्तेचे धडे शिकवत वावरणारा बाप, अंधाराची निर्लज्ज साथ करून उजेडात बुरखा घालणारा.

फसवलं गेल्याची भयंकर जाणीव एखाद्या ओझ्यासारखी घेऊन सुमा वावरत होती. आयुष्याचा अर्थ गमावल्याची, आयुष्य बेचव असल्याची जाणीव. हताश आयुष्य. सुटून गेलेलं. बंद दारामागे कुढताना 'असे किती दिवस काढू शकू' हा एकच विचार. किती दिवस अशा निलाजऱ्या घरात वावरायचं? सुसंस्कृतपणाचा बुरखा घेऊन?

पूर्ण खोलीच एक कबर असल्यासारखी. जिवंत गाडलं जाणं. नसलेल्या देवाची करुणा भाकणं. नसलेल्या चांगुलपणाची कास धरणं.

आज तिने डोळे उघडून नीट आईकडे पाहिलं. ती शांतपणे टीव्ही पाहत होती. तडजोडीशिवाय सुख नाही बाई – असं ती म्हणाल्याचं सुमाला आठवलं. मऊ सोफ्यात फोमच्या उशीवर डोकं टेकवून, बशीतलं श्यामाबाईंनी दिलेलं सफरचंद ती चवीने खात होती.

श्यामाबाई – पपांपुढे लगलग करीत, मागेपुढे करीत शरीराला हेलकावे देत उगाचच नसलेलं काम करीत होत्या. श्यामाबाईंना डोळ्यांच्या कोपऱ्याने निरखित, तिकडे आपण पाहातच नाहीत असं दाखवत तिकडेच पाहत, उद्या भाषणात काय सांगणार हे पपा रूपनला ऐकवत होते. ऐकल्यासारखं करीत बोटांनी सतत सुखदेवचा नंबर फिरवीत रूपन सतत तो डिसकनेक्ट करीत चाळवाचाळव करीत होती. पपा आता थांबतील तर बरं असा भावही ती लपवू पाहत होती.

सगळं जिथल्या तिथे होतं. सुरक्षित, सुखरूप. या वातावरणात मीच असुरक्षित का राहायचं? आईनं श्यामाबाईला कष्टापुरतं मान्यच केलंय, श्यामाबाईचं सोयरसुतक रूपनला नाहीच. पपांचा बुरखा टिकलेला आहेच. त्रस्त आहे फक्त मी! आता ना पवन आहे ना सत्यव्रत. पण आपल्याला आयुष्य आहे, ते जगलं तर पाहिजेच.

कदाचित या सगळ्यांइतकंच निर्लज्जपणे!

मिळालेलं आयुष्य नको असेल तर मरणं हाच पर्याय आहे. पण जसं जन्माला येणं हातात नाही तसं मरणही! आत्महत्येच्या प्रयत्नातून माणसं मरतातच असं कुठं आहे? अगदी वीट आलेल्या क्षणाला हे नको असलेलं शरीर, मन आणि आयुष्य कुठे टाकून देता येतं?

खरं तर कैदीच आपण.

जगण्याची शिक्षा मिळालेले.

पण जगायचं तर आहे. मग धडपणेच जगलं पाहिजे. मारामारी करीत. जुळवून घेत. मन मारून जुळवून घेत स्वतःला टिकवण्याची धडपड!

अस्तित्वाचा झगडा म्हणतात तो हाच!

मग इतक्या वर्षांत अनुभवी असूनही अनुभवी न झालेली सुमा स्वतःच्या वर्तुळाला पक्कं करीत समज आल्यासारखी निमूट झाली.

चेहऱ्यावर बेमालूम हसू कष्टाने आणत म्हणाली,

''उद्या जरा बाहेर जायचं का? फार बोअर झालंय.''

होकारार्थी उत्तर अर्थातच तिला अपेक्षित होतं.

सगळ्यांची स्वतःच्या अस्तित्वाशी निगडित उत्तरं तिला मिळणार होती. ∎

भ्रमरा

घाईने आम्ही फलाटावर गेलो तेव्हा गाडी उशिरा येणार असल्याची घोषणा देणं चालूच होतं. गाडी जवळजवळ तासभर उशिरा येणार होती. मी चांगलीच वैतागले. कारण मोहनचं ऑफिस आणि विश्रामगृह इथपासून स्टेशनवर यायला चांगला तास ते दीड तास लागणार होता. त्यामुळे तिथून निघताना फोन केला तेव्हा उशिराची भानगड कळली नव्हती. नाही तर इतक्या आधी धडपडत कशाला आलो असतो.

मोहनने खुशीत शीळ घातली, "चल, तेवढीच जास्त तू मला लाभणार!" माझ्या माझ्यातली पत्नी, माता आणि सामाजिक जाणीव एकाच वेळी जागी झाली. परंपरागत स्त्रीसुलभ वृत्तीने मी म्हणाले,

"अहो, आपल्याला अठरा वर्षांचा मुलगा आहे, विसरू नका."

"छे छे! तोही विसरू देत नाहीच आणि तू क्षणभरही ते विसरू देत नाहीस. आता ट्रेनिंगला आलो म्हणून, नाही तर गेल्या चार-पाच वर्षांत तू माझ्याकडं नीट पाहिलंस तरी का? आणि शिवाय रात्री–"

"बस, बस." तो पुढे काय म्हणणार याची मला चांगली कल्पना होती. "वय वाढतं तसं बहुधा सगळ्या शिल्लक राहिलेल्या इच्छा प्रबळ होतात, असं इडियट म्हणतो ते खरंच आहे."

"मी म्हणाले–"

"आपण फक्त माणूस आहोत, तत्त्वज्ञ नव्हे." तो अजूनही हलक्याफुलक्या वाक्यांवर तरंगू पाहतोय हे मी जाणलं आणि गप्प झाले.

"चला, चहा घेऊ." तो म्हणाला आणि सामान उचलून स्टॉलवाल्याकडे दिलं. लक्ष ठेवा म्हणून सांगितलं.

त्याच्या मागेमागे चालताना त्याच्या चालण्याचा डौल मला जाणवला. मोहन उंच, चांगला भरलेला पण लठ्ठ, थुलथुलीत नव्हता. त्याच्या चालण्यात रुबाब होता. बेफिकिरी होती. 'तू कोणतीही गोष्ट गंभीरपणे घेत नाहीस.' असं मी

नेहमी म्हणायची आणि 'अति गंभीर काय म्हणून राहायचं?' असा त्याचा प्रश्न असायचा. त्याच्या पाठमोऱ्या शरीराकडे पाहताना माझ्या मनात त्याचं आकर्षण उभारून आलं. त्याच्याविषयीची मायाही. पुढे होत मी त्याच्या दंडाला हलकंच धरले. त्याने आश्चर्याने पहिल्यासारखं केलं आणि खुशीत हसत माझा हात थोपटला.

"गेल्याबरोबर फोन कर. नाहीतर तर मी काळजीत. या गाड्याही उशिरा वगैरे असतातच, पण कुठं आदळतही असतात. कुणालाही सुरक्षिततेची अक्कल नसावी? हा हा हा." तो बोलत होता.

खुर्चीत टेकत मी म्हटलं, "आता सगळ्या देशभरच्या जेवढ्या व्यवस्था आहेत त्याच्या त्रुटी तुम्ही काढणार का? त्यापेक्षा माझ्याशी चार शब्द नीट बोला. मुंबईत तेच आठवत बसेन."

"आय लव्ह यू." तो मान वेळावत मधाळ शब्दांची नक्कल करत म्हणाला.

"इश्श्य. तुझी आठ दिवसांतच एवढी प्रगती आहे. पुढच्या दोन आठवड्यात काय होईल?"

माझं वाक्य पूर्ण होतच होतं तेवढ्यात माझं लक्ष कँटिनमध्ये शिरणाऱ्या बाईने वेधलं. माझ्या डोळ्यांना पहिल्यांदा जाणवला तो तिचा भरलेला चेहरा. बॉयकट, पुढे आल्यासारखे डोळे, बरीच पुरुषी झाक. तेवढ्यात किनऱ्या आवाजात ती म्हणाली.

"गाडी तर उशिरा आहेच, आता चहा तरी मिळणार का?"

तिचा आवाज उंच होता. कँटिनमधल्या सगळ्याच प्रवाशांचं तिच्याकडे लक्ष गेल्यास नवल नव्हतं आणि तिला त्याच प्रतिसादाची अपेक्षा असावी. काऊंटरकडे जाताना ती माझ्या जवळून गेली तेव्हा तिच्या सेंटचा वास मला जाणवला.

"काय या गाड्या हो? इतक्या उशिरा. बसायची व्यवस्था नाही. फलाट गलिच्छ– आता चहा तरी चांगला मिळेल ना?"

तिने उंच आवाजात बोलणं चालू ठेवलं असतं. पण कँटिनवाल्याने घाईने बाहेर येत तिला खुर्ची दिल्याने ते थांबलं.

मी आणि मोहन गप्पा मारीत होतो. तो एकीकडे मला अमेयविषयी सूचना देत होता. त्याला काळजी करणाऱ्या पित्याच्या भूमिकेत पाहताना मला बरं वाटत होतं. तेवढ्यात–

"तू? मोहन मांजलकर तर नाही?"

पुन्हा तोच खणखणीत आवाज. आता थेट आमच्या मागे! आम्ही दोघंही दचकलो. मी जास्त! कारण तिने मोहनचा केलेला एकेरी उल्लेख! खुर्ची सरकवून मोहन उभा राहिला. तिने हस्तांदोलनासाठी हात पुढे केला. तिच्याशी हस्तांदोलन करताना मोहनचा चेहरा गोंधळलेला होता.

“ओळखलं नाही? मी गायत्री पेंडसे– आताची गायत्री माटे! ओळखलं की नाही अजून? लग्नानंतर चांगलाच बदललास तू! आपल्याच लोकांची ओळख ठेवत नाहीस, कमाल आहे!”

“ओ येस! गायत्री, आय रिमेंबर नाऊ. आता ओळखलं. कॉन्ट्रॅक्टर पेंडशांची मुलगी. गाझियाबाद, हो ना?” मोहनने विचारलं.

यावर ती गडगडत हसली. “ओळखलं तर! तसा माझ्यात फार बदल नाहीय असं सगळे म्हणत असतात.” डोळे मिचकावीत ती म्हणाली.

“ते मानण्यावरच असतं म्हणा– कारण लोक तोंडावर चक्क खोटंच बोलतात.” मोहन नेहमीच्या स्पष्टवक्तेपणानं म्हणाला. मला ते खटकलं. इतके दिवसांनी भेटलेल्या माणसाला कुणी असं बोलतं का?

“तू तस्साच आहेस मोही!”

“तूही तश्शीच आहे. नाही तर तेवढ्यात स्वत:च्या दिसण्याचं कौतुक दुसरं कुणी करवून घेतलं नसतं! ते जाऊ दे, बाबा कसे आहेत? आणि माधव? तो इंजिनियरिंगला होता ना!”

“पप्पा वारले!” ती गंभीरपणे म्हणाली.

“ओ, आय ॲम सॉरी.” माधव म्हणाला.

“बरीच वर्षे झालीत. निदान दहा तरी! माधव आता बघतो सगळं.”

ती म्हणाली.

मी नुसताच त्या दोघांच्या मध्ये बसलेली. मोहनच्या ते लक्षात आलं. एक खुर्ची ओढून त्यानं तिला आमच्या टेबलावर बोलावलं.

“माझा चहा इकडे पाठवा.” ती कँटिनवाल्याकडे पाहत म्हणाली. मोठ्यांदा.

आतापावेतो सगळं कँटिन आमच्याकडे पाहायला लागलं. तिचा जंगी आवाज, तशीच शरीरयष्टी आणि व्यक्तिमत्त्व! त्यातच बॉयकटमुळे दिसणारी भरदार मान! त्यामुळे ती जास्त पुरुषी वाटत होती. हळू आवाजात बोलणं तिच्या पठडीत बसत नव्हतं. कारण एवढ्या थोड्या वेळात माझ्याशिवाय कँटिनमधल्या इतर लोकांनाही त्या दोघांची पूर्वपीठिका माहिती होऊन गेली होती. तिचा स्वर खाली आणण्यासाठी मोहनने हळू बोलायला सुरुवात केली.

माझी ओळख करून दिल्यावर तिने मला जरा जास्तीच बारकाईने पाहिल्याचं मात्र जाणवलं. माझ्याकडे पाहत ती म्हणाली, “मी ऐकलं होतं तुझी बायको बरी आहे दिसायला म्हणून. मुलं किती? अन् तू सध्या काय करतोस?”

उत्तरासाठी थांबण्याची तिची सवय नसावी.

“मी फ्रीलान्स पत्रकारिता करते! खूप फिरते. खूप मोठमोठ्या लोकांना भेटते. मुंबईच्या अंडरवर्ल्ड करामतींवर लिहिण्याची इच्छा आहे म्हणून तिथे चाललेय!”

यावर मोहन हसला. म्हणाला, "तू थोडीशीच बदलली आहेस. नुसते प्रश्न विचारण्याची सवय कायमच आहे. उत्तरासाठी थांबणं नाहीच! असो. पण पत्रकारिता हे काम का निवडलंस? तसं तेही तुझ्या आक्रमक स्वभावात बसणारंच आहे म्हणा. मग किती गुन्हेगार सापडवलेस आजवर?'

उत्तरादाखल ती मोठ्यांदा हसली. अभिमानानं.

मोहन पुढे म्हणाला, "सुमा, कॉलेजातही ही अशीच होती. सतत भांडायची. पुरुषी खेळात हिची सारखी लुडबुड, आम्हाला वैताग. आम्ही हिला मॅचची वेगळीच वेळ सांगायचो. हिचा वैताग नको म्हणून! पण पठ्ठी पाठ सोडायची नाही. तू मुलगाच व्हायला पाहिजे होतीस गायत्री."

"मुलासारखं पपांनी वाढवलं मला आणि मीही कुठलीच बायकी साच्यातली गोष्ट कधी करायची नाहीय असं मी ठरवलेलंय." ती म्हणाली. यावर मोहन हसला. म्हणाला.

"तू थोडीशीच बदलली आहेस. पूर्वीसारखीच प्रश्नांतिक आहेस. उत्तरासाठी आजही थांबणं नाही."

गायत्रीची आणि माझी ओळख करून दिल्यावर मोहन तिच्याशी बोलत होता. त्यांचं गाझियाबादच्या वास्तव्याविषयी बोलणं चाललं होतं. मला बोध झाला तो एवढाच की शाळेत ते काही वर्षं पुढे-मागे होते. तिचं घर त्याच्या घरापासून जवळ होतं.

"माझे वडील कॉन्ट्रॅक्टर होते. आमच्या घराजवळ सरकारी बंगले होते. तिथं मोहीचे वडील न्यायाधीश होते. तुझ्या घरावर पाटी होती न्यायाधीश– सो अँड सो– आम्हाला कौतुक नव्हतं. कारण माझ्या पपांकडं सगळ्या नामवंत मंडळींची ऊठबस असायची. कुणीही नवीन पदस्थ आला की आमच्या घरी हमखास चहापानाचा कार्यक्रम व्हायचा."

तिच्या बडबडीकडे मोहन दुर्लक्ष करत होता असं वाटून, मी नीट ऐकतेय असं दाखवलं. तेवढ्यात गाडी येतेय अशी घोषणा झाली नि मी उठलेच.

तिच्या मोठ्या आवाजाने मी कंटाळलेले होते. मोहनचा उल्लेख करताना सारखं 'मोही मोही' करण्यानं मी वैतागले होते. इतक्या थोड्या वेळात जर मला इतकं कंटाळवाणं झालं तर हिच्या घरच्यांचं काय होत असेल?

एवढ्या अर्ध्यापाऊण तासाच्या बोलण्यात तिच्या नवऱ्याचा किंवा घराचा तिने उल्लेखही केला नव्हता. मला मोहनबरोबर आता अगदी एकटीने असावं असं वाटत होतं. हिने इथून जावं असं वाटत होतं. कारण पुढचे दोन आठवडे तो दिसणार नव्हता; पण माझं तेवढं भाग्य नव्हतं. मोहन हळूच मला म्हणाला, "जरा बिनधास्त प्रकरण आहे. सोडून दे. मनानं वाईट नाही. पण वागायची

पद्धती जरा वेगळी आहे झालं.''

मीही मान डोलावून होकार दिला.

या प्रसंगानंतर मी माझ्या विस्मरणात गेली. घर, अमेय त्याचे वर्ग, बारावीचा ताण या सगळ्यात मी गर्क झाले.

आणि गायत्री आली. तशीच. अचानक आणि हुकमत गाजवल्यासारखी. माझ्या कपाळावर छोटी आठी आपोआप उमटली.

ती आली मोहनचा ट्रेनिंगचा काळ वाढलाय हे सांगायला. मला आश्चर्य वाटलं. माझा त्याच्याशी सतत संपर्क होता. मग ही भेटल्याचा उल्लेख कधी कसा आला नाही? अशा पद्धतीच्या प्रश्नांना मोहनची उत्तरं काय असतात याची मला कल्पना होती.

पण फोनवरच्या इतक्या थोड्या वेळात इतरांबद्दल कशाला बोलायचं? असं म्हणून त्याने हे गुंडाळून टाकलं असतं!

मी साशंक झाले तरी मोहनबद्दलचं प्रेम, माझं हक्काचं घर, लाडका अमेय आणि घरासाठी मोहन करीत असलेली धडपड या जाणिवेमुळे माझी आशंका कमी झाली.

त्यातून गायत्रीही स्वतंत्र विचारांची बिनधास्त स्त्री आहे हे मी मनोमनी मान्यच केलं होतं. 'आपण नाही बाई असं वागू शकणार' हे म्हणताना खरं तर आपण इतकं मनस्वी वागायला हवं असा बारका स्वर मला बजावत असायचा.

आपणही शिकलोय, समजदार आहोत. अगदी गायत्रीइतकं नसलं तरीही जवळपास तितकंच शिक्षण! पण तिचा मोकळेपणा, स्वतंत्र प्रवास करण्याची क्षमता, अगदी बिनचूक बोलणं, कुठेही लपवालपवी न करता बोलण्या-वागण्यात आणलेला खास ताठा काही मी मिळवू शकले नव्हते हे खरं!

गायत्री आमच्या घरापासून दोन स्थानकांच्या अंतरावर राहात होती. त्यामुळे तिचं येणं-जाणं वाढलं. मी मैत्रीत हळूहळू पावलं टाकणारी, तर ती सुपरफास्ट. कुणाविषयीही ती बिनधास्त बोलायची. वाईटही अगदी धडाकून बोले. मी याबाबतीत फारच काळजीपूर्वक बोले. तिच्या बोलण्याने मी चकित झाले. तरी कुठे तरी ती स्त्रीशक्ती किंवा स्त्री स्वातंत्र्याची पुरस्कर्ती मला आवडूनही जाई. आपण, आपलं व्यक्तिमत्त्व, आपलं स्वातंत्र्य, स्वतःचे मित्र हे सगळे ती मोकळेपणी सांगे. या ओघातच मला हे तिच्याकडून कळलं होतं की, तिच्या वडिलांना मोहन फार आवडलेला होता आणि तो इंजिनिअर होताच माझ्या सासूसासऱ्यांना गायत्रीबद्दल तसं विचारलंही होतं. पहिल्या भेटीत मला बरी आहे

असं ती का म्हणाली, हे कोडं मला सुटलं होतं. मोहनकडे पाहातानाही कधी कधी तिच्या चेहऱ्यावर विषादाची रेषा उमटून जायची, कधी ती तिटकाऱ्यानेही बोलायची हे माझ्या नजरेतून सुटलेलं नव्हतं.

माझ्या मनात आलं की हिच्याशी लग्न करता तर मोहन अगदी कडक शिस्तीत राहिला असता. पण माझंही मन गर्वाने जरा फुगून आलं. स्वतःची छबी निरखताना कधी तरी तिचा चेहरा समोर येऊन मी तुलनाही करून जायची. मांसल चेहरा, गालांची बसकी हाडं, मागे सारलेले केस, बारीक डोळे, किंचित पुढे असलेले दात, गोल फुगलेले दंड आणि जाडीमुळे कमी वाटणारी उंची. या तुलनेत मी दिसायला निश्चित सरस होते. फोनवर मोहनला मी म्हणालेदेखील, की तू तिला नाकारलंस त्यामुळे ती दुखावलेली आहे म्हणून!

"मोही फारच हँडसम दिसायचा. म्हणजे तो आताही आहेच, पण तेव्हा तर खूपच होता. त्याला खेळताना पाहाण्यासाठी पोरी तासन्तास हॉकी मैदानावर बसायच्या. टेनिसही छानच खेळायचा तो.'' असं म्हणून 'तू भाग्यवान आहेस' असं न म्हणता गायत्री वाक्य तोडायची किंवा कधी तरी म्हणायची,

"आमच्या महाविद्यालयात तो अन् मीच खरे हुशार विद्यार्थी. अजूनही आमचे वर्गमित्र आमची आठवण करतात. परवा आमच्या वर्गातला एक जण भेटला होता. तो आठवण काढत होता. त्याला मी म्हणाले की मोही मला अचानक सापडलाय, तर हसायला लागला!'' मी तिचं बोलणं हसण्यावारी न्यायची किंवा मान डोलावत हुंकार भरायची. अशी येणारी अनेक नावं मग तो अशोक, रवींद्र, सुबोध असेल, मी विसरून जायची.

त्या दिवशी ती भर दुपारी आली. मी आज तुझ्याकडेच जेवणार असे तिने घोषितही करून टाकलं. मनात मी जेवणाच्या मेन्यूचा विचार करायला सुरुवात केलीही.

नकळत उठून मी कणिक तिंबली. तिचं बोलणं चालूच होतं. मी सहजच तिला विचारलं, "माटे नाहीत वाटतं आज मुंबईत?''

"ते इथे असतात कधी कधी. पण कधी कधी भेटीला जातात.''

"कसली भेट? आणि ते तर एजन्सी चालवतात ना?'' माझी शंका.

"म्हणूनच तर! त्यांना लागणारा कच्चा माल तिथं आहे.''

कच्च्या मालावर तिने जोर दिला. मला कळेना. तशी ती हसली अन् म्हणाली, "अगं, सुमेधा तिथं आहे. थांब सांगते. ती त्यांची मैत्रीण! तिचं एक छोटं युनिट आहे तिथं. कशाचं ते मला विचारू नकोस. कारण मला माहिती नाही. तिचं कुटुंब आमचं मित्र आहे. आम्ही भेटतो, गप्पा मारतो, पितो. दचकलीसशी? तू इतकी काकूबाई कशी? आणि अशी काकूबाई मोहीला आवडली तरी कशी?''

विषय माझ्यावर घसरल्याने मला वाईट वाटलं. पण विषय बदलत मी म्हणाले, "इथं आपण माझ्या काकूपणाबद्दल बोलत नाहीये. माटेंचं बोल."

"हंऽऽ कुठून सांगू? पण तसं नकोच, तुला स्पष्टच सांगते. माटेंचे अन् सुमेधाचे संबंध आहेत." विषय संपवल्यासारखे तिने हात झटकले.

"काय?" माझी तव्यावरची पोळी तशीच राहिली, जळाली. मी घाईने गॅस बंद करून तिच्यापुढे येऊन बसले.

"नीट सांग. हे काय प्रकरण?" मी गोंधळून गेले होते.

"हे आताचं नाही, गेल्या दोन वर्षांपासून आहे."

"आणि तू काही करत नाहीस? आणि इतक्या शांतपणानं मला हे सांगत आहेस?"

मी गोंधळले होते. कारण माटे हे या कजाग बाईच्या कचाट्यात सापडलेत अशी माझी समजूत होती. ते सज्जन आहेत, शांत आहेत आणि गायत्रीबरोबर त्यांचा प्रेमविवाह झालेला आहे, या गोष्टी माझं असं मत बनवायला कारण होत्या. पण आता मात्र मी चांगलीच उखडले होते. प्रेमविवाह करूनही माटे असे उद्योग करताहेत आणि दोन वर्षांपासून ही बाई हे सहन करतेय?

"आणि करायचं करायचं म्हणजे करायचं तरी काय?" ती शांतपणे म्हणाली. "भांडण, रडणं, ओरडणं, सुमेधाला भेटणं हे सगळं करून झालंय. आता मी हे 'एन्जॉय' करायचं ठरवलंय. ती पुरणपोळ्या, लाडू काहीबाही करून पाठवते. मी मजेत खाते. ती त्याला शर्ट-पँट देते. मी घेऊ देते. पार्टीत तिच्या नवऱ्याबरोबर वेळ घालवते. आता त्यांचं जमलंय तर मला जुळवून घेणं भाग आहे."

"पण मला खरंच वाटत नाही की माटे असे असतील म्हणून! ते केवढे शांत, समंजस आहेत ना?" मी विचारले.

"खरंच, हेच सुमेधाही म्हणते त्यांच्याबद्दल."

मी चपापले. माटेंविषयीचा राग माझ्या मनात दाटून आला आणि गायत्रीविषयी सहानुभूती. तिच्या हातावर मी थोपटले.

"सगळं ठीक होईल, दे सोडून." मी म्हणाले, "तू शिकलेली आहेस, स्वतंत्र आहेस, स्वत:च्या मनासारखं वागू शकते. तुलाही मित्र आहेत, मैत्रिणी आहेत. तू काही एकटी नाहीस वाऱ्यावर सुटलेली." माझा सल्ला देणं सुरूही झालं.

"माझे मित्र माटेंना सहन करावे लागतातच! आम्ही मित्रमंडळी सगळी एकत्र जेवतो, खातो-पितो, मजा करतो." 'पितो'ला तिने अंगठा ओठाजवळ नेला तेव्हा माझ्या मनात तेव्हाही थोडं खटकलं.

"आणि माटे येतात का बरोबर?"

"कधी येतात कधी येत नाहीत. आले तर त्यांना समंजसपणे बसावं लागतं."

काय बोलावं ते मला सुचत नव्हतं.

जेवण करून ती निघून गेली, तरी माझ्या मनात ही गोष्ट घोळतच राहिली. त्या रात्री स्वतःला आवरायचं ठरवूनही मी मोहनला हे सगळं सांगितलं.

''नशीब!'' तो म्हणाला.

''नशीब काय?''

''परवा इथं आली असताना तिच्या एका प्रकरणाबद्दल ती बोलत होती.''

''प्रकरण? आणि परवा कधी?'' मी विचारलं थोडं दरडावून. मोहन चमकला. तिच्या मित्राविषयी ती बोलत होती म्हणत विषय टाळला. फोन ठेवल्यावर या गोष्टीवरही माझ्या डोक्यात घोळ चालूच होता. विशेषतः परवा म्हणजे नक्की कधी? आणि मोहनला भेटल्याचं तिने आपल्याला का सांगितलं नसावं याबद्दल जास्तच!

आता आमच्या भेटी लवकर होत होत्या. अमेय त्याच्या एनसीसी कॅम्पला गेला होता. मी एकटीच होते.

''आज तुझ्याकडे राहायलाच येते.'' म्हणून ती आली. थोडं बाजारात फिरून यायचं ठरलं. आज ती फार उत्साहात होती. तिची सारखी बडबड चालू होती. अर्थात हे तिच्या बाबतीत नेहमीचंच होतं.

''मला काही आतले कपडे घ्यायचेत.'' ती म्हणाली.

मला खरं तर असं बोलणं आवडत नाही. कारण या अगदीच व्यक्तिगत गोष्टी असतात हे माझं मत.

त्या दिवशी तिने महागडी लेसेस असलेली अंतर्वस्त्रं घेतली. मी बरोबर होते पण उत्सुक नव्हते.

जेवण बाहेर घेऊनच आम्ही आलो. रात्री गप्पा मारता तिने तिचं आयुष्यच माझ्यापुढे उघडून ठेवलं.

श्रीमंत आईबापांची मुलगी. अतिशय हुशार. अर्थात हे तीच म्हणाली. दिसायला चांगली– हे खरं तर फारसं सुसंगत नव्हतं. पण महाविद्यालयात दुसऱ्या वर्षीच प्रेमात पडली. इतकी वाहवली की डॉक्टर, इंजिनिअर तर होऊ शकली नाहीच, पण पोटात प्रियकराचा गर्भ घेऊन बसली. म्हणाली, ''आई जाम वैतागली. खरं म्हणजे मला ते मूल हवं होतं. पण मी अठरा-एकोणीस वर्षांचीच होते. आईबाबांनी कडकपणे ते सगळं निस्तरून टाकलं. तेव्हापासून माझ्या आई-बाबाबद्दल मनात जो तिरस्कार बसलाय तो वरचेवर घट्टच होत गेला. पुढे त्यांचं मी ऐकलंही नाही. तुला सांगते, एखादी गोष्ट मला आवडली तर मिळालीच पाहिले असा माझा हट्ट असतो. किंबहुना अट्टाहास म्हण! मी अत्यंत महत्त्वाकांक्षी आहे. कुणी मला दुखावेल तर ते मी सहन करू शकत

नाही. माझ्या मनात तो सल राहातो.''

''पण असं चूक आहे.'' असं मी म्हणाले. कारण मला तिचा निर्णायक सूर आवडला नाही.

''चूक-बरोबरचा विचार मी करीत नाही. पाप-पुण्यावरही माझा विश्वास नाही. आपल्याला मिळालेल्या आयुष्याचा हिशेब मी इथेच करून जाणार. तर तुला काय सांगत होते... हां, आईबाबांना माटे अजिबात आवडायचा नाही. आमच्याकडे पूजेला येणाऱ्या गुरुजींचा हा मुलगा. तो हुशार पण शामळू. वास्तविक मला स्मार्ट, देखणा मुलगा मिळायला वांधा नव्हता. पण आईवर माझा राग एवढा होता की तिला न आवडणाऱ्या माटेबरोबर मी लग्न करून टाकलं.''

''चल, काही तरीच काय बोलतेस? अगं, एवढा मोठा निर्णय अन् तो तू असा घेतलास? तुझ्यासारखी असं करूच शकणार नाही. डोळे उघडे ठेवून जगतेस म्हणतेस– माझा नाही विश्वास बसत.'' मी तिचं बोलणं बाजूला सारायचा प्रयत्न केला. ''डोळे उघडे ठेवूनच लग्न केलं. निदान त्या वेळी तरी मला तसंच वाटलं. पण लग्नापूर्वीच मी त्याला बजावून ठेवलं होतं, म्हणजे समजुतीनं, की त्यानं माझ्याबाबतीत काही बोलायचं नाही. माझ्या जगण्यात किंवा निर्णयात ढवळाढवळ करायची नाही. त्यानं त्याचं आयुष्य जगायचं, मी माझं. आधीच सांगितलेलं बरं, पुढे वांधा नको.'' ती म्हणाली. बंद रुपया खणखणीत वाजवावा तशी ती बोलत होती.

''मग, माटेंनी ऐकलं?'' मला माझं आश्चर्य लपवणं अशक्य झालं होतं.

''अगदीच दरिद्री होता तो. माझ्याच बाबांनी त्याला कॉन्ट्रॅक्ट्स मिळवून दिले. धंदा शिकवला. तसं केल्यानं मी सुखी होईन असं वाटून. मूर्ख माणसं. माटे अगदीच शामळू निघाला. नंतर मला विनोद मल्होत्रा भेटला. आम्ही जानी दोस्त होतो. सात वर्षे मोठाच काळ म्हणायचा. मी आणि विनोद जवळजवळ एकत्रच राहात होतो.'' माझी जीभ टाळूला चिकटल्यासारखी झाली होती. तिचं मात्र माझ्या चेहऱ्याकडे, बोलण्याकडे अजिबात लक्ष नव्हतं. ती तिच्याच नादात होती. मला हे सर्व सांगून धक्का द्यावा असंही तिला वाटलं नसावं. तिचे असे स्वप्नाळू डोळे मी आधी कधी पाहिले नव्हते.

''मी आज ही खरेदी का केली असेल?'' छताकडे स्वप्नाळूपणे पाहत माझा हात हातात घेऊन मला विचारत होती. यावर मी प्रश्नार्थक तिच्याकडे पाहिलं.

''आता मी जे तुला सांगणार आहे ते कुणालाही सांगणार नाहीस असं आधी वचन दे!'' असं म्हणत तिने माझ्याकडे चेहरा वळवला. तिच्या डोळ्यांत कसली तरी गूढ आस आहे असं मला वाटलं. तशीच थोडी चमकही.''

''बिपीनसाठी मदर टेरेसावर मी एक डॉक्युमेंटरी फिल्म करतेय. त्यासाठी

मी कलकत्त्याला जातेय...''

''मला ठाऊक आहे.'' मी म्हणाले.

''पण मी खरी जातेय, ते बिपीनसाठी. तो दार्जिलिंगहून पोहोचतोय तिथे. गेले वर्षभर आम्ही एकमेकांना ओळखतोय. त्यानं फारच आग्रह केलाय. हट्टच धरलाय म्हण ना! तो फार देखणा आहे. मी त्याला नाही म्हणूच शकत नाही.''

आता कुठे तिच्या बोलण्याचा अर्थ मला उलगडायला सुरुवात झाली. तरीही आपला काय संबंध, हीच माझी मनोभूमिका कायम होती.

''तुझ्या अशा ओळखी होतातच कशा? अर्थात मी जास्त नाक खुपसतेय असं तुला वाटत असेल तर विसरून जा. पण मागे तू मला रॉबर्टविषयी सांगितलं होतंस. तू इराक युद्धावर लिहीत होतीस बघ...''

तिने मान हलवली. अगदी मनसोक्त हसली. मलाच अपराधी वाटलं. ती तिच्या संबंधांविषयी किती स्वच्छ, सुस्पष्ट होती आणि मी मात्र आश्चर्यात डुंबत होते. खरंतर, गटांगळ्या खात होते हेच शब्द योग्य ठरतील.

''अगं, ती तर गंमतच होती. इराणमध्ये आम्हा सगळ्या वार्ताहरांना एकच इमारतीत उतरवलं होतं. दिवसभर मिळेल तशी माहिती काढून घाईनं त्यातली काही माहिती इकडं पाठवायची. मग फावल्या वेळात एकमेकांच्या ओळखी करून घेणं आणि वाढवणं चालू असायचं. रॉबर्ट अर्जेंटिनामधून आलेला होता. आमची झटकन मैत्री झाली. जेवणं, बातम्यांसाठी फिरणं आम्ही बरोबरच करायचो. माझ्या शेजारीच त्याची खोली होती. एकदा रात्री मला खूप अस्वस्थ वाटायला लागलं आणि भीतीही! मी नाईटड्रेसमध्येच त्याच्या खोलीत गेले. माझी एकूण स्थिती अगदी रद्दी झाली होती अन् ती बहुधा माझ्या चेहऱ्यावर दिसत असावी. आपला देश, आपली माणसं यांच्यापासून दूर गेलं की विचित्र वाटायला लागतं आणि तिथे तर आम्ही मृत्यूचंच थैमान पाहात होतो. आपण नीटपणे जगू शकलो नाहीत आणि अजूनही जगू शकत नाही हा विचार दिवसभर मनात होता. माझ्या मनातलं वादळ न कळताही रॉबर्टने माझा ताण जाणला. त्याच्या खोलीत आम्ही बोलत बसलो. माटेंचा विषय निघाला त्याबरोबर सुमेधाचाही संदर्भ आला. सुमेधा अन् माटेंच्या संबंधाबद्दल रॉबर्टला नवल वाटणं अशक्यच होतं. मी माटेंबरोबर अजून राहत्येय याचंच त्याला आश्चर्य वाटत होतं. सर्व बोलताना मी खूपच उदास झाले. अगदी एकांत आणि मी अस्वस्थ! रॉबर्ट उठला, त्यानं मला जवळ घेतलं अन् माझ्यावर चुंबनांचा भडिमारच सुरू केला. मी अगदी अगतिक होऊन गेले. त्याच्या स्वाधीन झाले. ''

एकाएकी गायत्रीचा भावनावेश चेहरा बदलला. त्या रात्रीच्या आठवणीने ती उत्तेजित झाल्यासारखी झाली असावी. ती पुढे म्हणाली,

“काय अनुभव सांगू तुला? फंटॅस्टिक! म्हणजे माझं लग्न होऊन किती तरी वर्षे झालीत, तरीही मला आपण अगदी तरुण असल्यासारखं वाटलं.”

ती थांबली. माझा चेहरा कडू काढा प्यायल्यासारखा झाला असावा. एकदाच पाहिलेल्या मार्टेविषयी माझ्या मनात दया जागी झाली.

माझ्या चेहऱ्यावर किळस, तिरस्कारासारखं काही तरी उमटलं असावं. माझ्या सगळ्या कल्पना या भारतीय परंपरेत खोल घुसलेल्या आहेत. मी स्वत:ला समजते तशी मॉडर्न वगैरे नाही आणि केवळ आधुनिक असल्याचा आव आणत असावी, असंच मला स्वत:बद्दल वाटायला लागलं. पण ही गायत्रीची आधुनिकता मला पटणारी नव्हती. तिच्या वागणुकीबद्दल मला वाटणारा तिरस्कार बहुधा माझ्या चेहऱ्यावर उमटला असावा. कारण मी बोलत नाही असं पाहून ती म्हणाली, “यात इंडिसेंट काही नव्हतं. तो एक क्षण होता. आम्हाला जवळ आणणारा. अगदी जवळ आणणारा. कदाचित आधीच्या एकत्र राहण्यामुळे सुप्तपणानं तो मनात असेलही! आम्ही अगदी जपून, सुबुद्धपणे वागत होतो. पण एक लक्षात घे... माणूस म्हणून आपण असेच असतो. मला नाही लाज वाटत हे सांगताना.”

मला वाटलं, मग मला तरी कशाला वाटायला पाहिजे लाज? आणि हिच्या इतक्या जवळचा हा कितवा? तिच्या आयुष्यात आलेल्या पुरुषांच्या नावाची यादी माझ्या मनात उजळणी करू लागली.

मी आश्चर्याने थक्क झालेली होते. इतक्या सगळ्या गोष्टी ती मोकळेपणानं बोलत होती. पण आजच्यासारखी अचंबित मी कधीही झालेली नव्हते. तिच्या पौगंडावस्थेतल्या प्रेमप्रकरणापासून तिच्या अनेक यशस्वी-अयशस्वी गोष्टी मी ऐकल्या होत्या आणि मानसशास्त्राचा आधार घेऊन हा एक एक विचित्र रोग आहे असं ठरवून टाकलं होतं. कित्येकजण मनाच्या वैफल्यग्रस्त अवस्थेत काल्पनिक गोष्टी रंगवून सांगतात तसा हा प्रकार असावा असा निष्कर्षही मी काढला होता. त्या रात्री तिने मला बिपीन कसा हुशार, करिअर करणारा, भविष्यकाळात उच्च पदावर पोहोचून श्रीमंत होणारा आहे हे सर्व ठासून सांगितलं. तिचं हे सर्व पुराण ऐकायला अमेय इथे नाही, या एका गोष्टीने मी खूप समाधानी होते, अन् एकीकडे तिला हुंकार भरीत गेले.

काल मोहनचा फोन आला. त्याला चार महिन्यांसाठी अंबाल्याला जावं लागणार असं तो म्हणाला. मी फार अस्वस्थ झाले. कारण दोन महिने म्हणत तो जवळजवळ चार महिने आलाच नव्हता. नित्य येणारे फोन आणि दोन भेटी लांबच्या अंतराने शक्य झाल्या होत्या. त्यानंतर आताही येणं लांबलेलं अन् लांब

नेणारं पोस्टिंग !

पण काळ थोडाच थांबतो? आणि आलेली वेळ टळते कुठे? हतबलपणानं आपण सामोरे जाताना अरे संसार, संसार असं म्हणत राहतो हेच खरं!

आज मोहन येणार म्हणून मी आणि अमेयने घर नीटनेटकं केलं होतं. उत्तम स्वयंपाक तयार होता. मोहनची गाडी दीड वाजता येणार म्हणजे घरी तो दोन अडीचपर्यंत पोहोचणार होता. आम्ही घरात अगदी आनंदात बोलत बसलो होतो. तोच दीडला गायत्री हजर झाली आणि पाठीमागे मोहन उभा! मला गायत्री दिसलीच नाही. मी मोहनला मिठीच घातली. किती दिवसांनी तो घरी येत होता.

"मोही, बघ मी म्हणत नव्हते? तुझ्या बायकोचं फार प्रेम आहे तुझ्यावर म्हणून!"

मोहनने हलकेच मला बाजूला केलं. अमेयला थोपटलं. सामान आत घेतलं.

"हाय मोही, आय हॅव मिस्ड यू सो मच!" म्हणत गायत्रीने मोहनला जवळजवळ कवेतच घेतलं. अगदी माझ्या डोळ्यांदेखत! त्याचा कानाजवळ मुका घेतला.

"मोही, मोही," म्हणत गायत्रीने त्याच्याभोवती फेर धरला होता. मध्येच 'हो किनई गं!' अशी पृच्छाही ती करत होती. 'कम ऑन अमेय' म्हणत माझ्या अजाण मुलाला प्रेम दाखवीत होती. तिच्या संभाषणातले अनेक संदर्भ मला आग्यामोहोळासारखे डंख मारत होते.

"मला दुखावणाऱ्याला मी सोडत नाही, मला आवडलेली गोष्ट मी मिळविते." किती स्वच्छपणे तिने तिची विचारसरणी माझ्यापर्यंत पोहोचवली होती. तिची भूमिका स्पष्ट होती, विचार स्पष्ट होते.

केविलवाणे माटे, गुंजन घालणारा मुंजे, कवेत घेणारा रॉबर्ट, मिलनोत्सुक बिपीन असे किती तरी, जे इत्यादी इत्यादींच्या यादीत गेले होते ते सगळे या क्षणी त्यांच्या प्रणयरण्य कथांसह वाकुल्या दाखवत माझ्याभोवती फेर धरून होते.

तिला कधी काळी आकर्षण वाटलेल्या 'मोही'चा घास अगदी प्रामाणिक कथनासह माझ्यासमोर ही भ्रमरा गिळीत होती का?

माझ्यापुढे हे वेगळं विचित्र, अक्राळविक्राळ आव्हान गायत्रीच्या रूपाने पुढ्यात आलं होतं आणि माझ्या मनातली शिक्षित परंपरावादी, भाबडी, पतिनिष्ठ, असुरक्षित स्त्री या नव्या आव्हानाने भेदरून गेली होती.

निमित्त

दुपारचे बारा-साडेबारा झालेले. वर सणसणीत तापलेलं ऊन. रस्ते वाफ सोडल्यासारखे झळा सोडणारे. मोटारसायकलवर पुढे सरकून आकसून बसलेल्या निनादच्या पाठीला कळ लागली होती. समोरची पेट्रोलची टाकी एवढी तापते हे त्याला चटके बसत असल्याने कळत होतं. मागे तिला आपला स्पर्श न होऊ देण्याचा आटोकाट प्रयत्न फलद्रूप होत नव्हता. आपलं थुलथुलीत, मोठं शरीर जमेल तेवढं आवरून धरण्याचा प्रयत्न तो करीत होता. मनात मात्र वैतागला होता.

मावशीच्या गावची ही मुलगी पुण्यात त्याच्या घरी आली होती. आई-वडील दोघंही नोकरी करत असल्याने तिला मदत करण्याची जबाबदारी त्याच्यावर येऊन पडली होती. बरं तिने रिक्षानं फिरावं ही त्याची सूचना आईने डोळे मोठे करीत साफ नाकारली होती. त्याचा अर्थ कन्येचा पुण्यातला खर्च आईवर येऊन पडलाय हे त्याने ताडलं.

"कॉलेजला सुटी तर आहे. जा घेऊन. पुणंही दाखव." ही सूचना मान्य करणं प्राप्त होतं अन्यथा मातोश्रींनी हात आखडला तर पायी फिरावं लागणार हेही त्याला माहिती होतं.

अशी माणसं, म्हणजे या पोरीसारखी, नवख्या जागी का येतात हा प्रश्न निनादने अनेक वेळा घरात विचारला होता. कित्येक वेळा आपण मूळचे पुण्या-मुंबईचेच असायला पाहिजे होतो असंही त्याला वाटायचं. सगळ्या महाराष्ट्रभर पसरलेल्या महासागरासारख्या नातेवाइकांचा त्याला कंटाळा होता. भरपूर रागही होता.

जुनाट पितळी भांड्यांसारखी दिसणारी गावाकडची माणसं पाहिली की तो जाम वैतागायचा. नागरीकरणाची अगदी तोंडओळखही त्यांना नसते हे त्याचं ठाम मत. मॅनर्स-एटिकेट्स, पाश्चात्त्य सिनेमे, गाणी, नवनवीन फॅशन्स हे त्याचे मनापासून आवडते विषय. आपल्या भरदार चेहऱ्याचा क्वचितच विचार करीत

तो वेगवेगळ्या चष्म्यांच्या फ्रेम्स वापरे. नवीन फॅशनचे शर्ट ही त्याची खास ढब. तेच भांगाचं! कधी इटालियन स्टाईलने चपचपीत केस, कधी शाहरूख, आमीरची झुलपं!

त्याच्या मते तो काळाबरोबर चालणारा चाणाक्ष माणूस होता.

गावाकडच्या या मंडळींकडे तो झुरळासारखा पाही किंवा पाहूनही दुर्लक्ष करी.

अगदी आतासारखं काम अंगावरच येऊन पडलं तर नानाविध क्लृप्त्या लढवून ते काम झटकण्यात कधीतरी यशस्वीही होई.

आपली शिक्षणात अडकलेली गाडी सुरळीत होईतो त्याचा नाइलाज असल्याचं तो स्वत:ला आणि मित्रांना ऐकवी. एकटी असताना तो आईलाही 'समज' देई.

आताही चिडून तो म्हणाला होता,

''तू माझ्या असहायतेचा फायदा घेत आहेस. नाही तर अशा फालतूची कामं माझ्या मागे लावली नसतीस. हे शुद्ध ब्लॅकमेल आहे. तू मला ब्लॅकमेल करतीयेस.''

त्याने आईला सेत्याची जाणीव दिली होती.

''मला कमवायला तर लागू दे, मग बघ.''

''दिवे! आधी शेवटच्या वर्षातून पुढे सरका. मागचे विषय ठेवत पुढच्या वर्षी सरकता सरकता तुमच्या नाकी नऊ आलेत. तुमच्या बरोबरीची मुलं दोन वर्षांमागे नोकरीला लागून लग्न करते झालेत! अजून आम्ही तुमचं लहान पोरासारखं करतोय!'' आईन ठणकावल्यावर विषय संपला.

त्याने विषय संपवला तरी बाबा मध्ये कडमडलेच. ''वजन कमी करा. आपल्याच अपत्याला आपण नावं ठेवू शकत नाही. नाहीतर नव्वद किलोच्या दुसऱ्या इसमाला आम्ही दात विचकत हसलो असतो. मागच्या वर्षी व्यायामासाठी जायला चार हजार घातले. चार किलो कमी झाले आणि महिन्यानंतर चौदा किलो वाढले. चालत जा जरा. भारतीय सूर्मनमस्कार, दंडबैठका नको वाटतात. पाश्चात्य 'जिम'चा अव्वाच्या सव्वा खर्च करायचा आणि हाती भोपळा!''

आईने त्यांना मध्येच थांबवलं. डोळ्यांनीच ती मुलगी बाथरूममध्ये असल्याची खूण केली.

दोन्ही हात जुळवून कपाळापाशी नेत वडिलांनी नमस्कार केल्यासारखं केले.

'चला सुटलो' अशी खूण करीत वडिलांच्या पाठमोऱ्या आकृतीकडे पाहत निनादने मोठा श्वास सोडला.

''निनू,'' आई म्हणाली. ''तिला बाजारात जायचंय. तू जा बरोबर. दोन-

तीन दिवसांचा तर प्रश्न आहे.

उत्तर देण्यासाठी तोंड उघडणार तोच दाराचा आवाज झाला. त्याने मुकाट्याने मान हलवली.

बाथरूमबाहेर पडणाऱ्या मुलीकडे त्याने डोळ्याच्या कोपऱ्यातून शूद्राकडे पाहावं तसं पाहिले. ती अर्थातच त्याच्याकडे न पाहता आत गेली. त्याच्या कपाळावर आठी उमटली.

'अहाहा! काय रूप, काय रंग! त्यात एवढी चऱ्हाटासारखी ती काकूबाई वेणी. आमच्याकडे एखादी स्मार्ट, शिकलेली, चुणचुणीत मुलगी पाहुणी म्हणून यायला काय हरकत आहे? आमची मावशी तरी काय – एखादी चांगली पोरगी तर पाठवायची. असल्या 'गांव की गोरी' शिवाय कुणी मिळालं नाही?'' त्याला आठवलं, आईने सांगितलं होतं की ही मुलगी चांगली शिकलेली आहे. परिस्थितीमुळे अडली नसती तर कदाचित डॉक्टर-इंजिनिअर झाली असती.

कशामुळे काम झालं यापेक्षा सध्या काय आहे हे पाहायचं आमची आई टाळते. बाकी काय? पुष्कळ शिकलेली असली तरी गावंढळ ती गावंढळ. आई म्हणते तसं कडू कारलं साखरेत घोळलं तरी कडूच! तसं शिक्षण घेतलं तरी एकूण जाणिवेची क्षमता थोडीच वाढते? मोठ्या सागरात पोहणं वेगळं – डबक्यात वेगळं. अनुभव आहे का या पोरीला? कपाळावर तेलाचे ओघळ येईतो तेल चोपडून वेणी आवळून अवतारात हिंडणार. दोन्ही हातात घट्ट दप्तर धरून डोळे रस्त्यावर गाडत, खाली मुंडी घालून तरातरा कॉलेजात जाणाऱ्या पोरी !

पण आमच्या मातुश्रींना बोला कुणी? सतत चांगुलपण, संस्कार, रीतिभाती याच्यावर व्याख्यानं द्यायची सवय त्यांना! त्याने मारक्या बैलासारखा 'हूंऽऽ' करीत निःश्वास टाकला आणि स्वतःच्या हतबलपणामुळे हताश होऊन मान झटकली. 'आलिया भोगासी...' असं मोठमोठ्याने म्हणत तो हॉलमध्ये गेला.

आता उन्हात गाडी चालवताना हे आठवून तो चिडल्यासारखा झाला. समोरच्या पत्र्याचे चटके असह्य झाले तशी त्याने गाडी उभी केली.

"काही करा, हे वजन सालं कमी होत नाही." तो पुटपुटला.

"उतरा!" तो कोरडेपणाने म्हणाला.

तो घामाने थबथबला होता. चेहरा लहान वाटावा म्हणून त्याने मित्राच्या सांगण्यावरून सोल्जरकट केला होता; पण त्यामुळे घाम ओघळून चेहऱ्यावर धारा वाहत होत्या. त्याने चष्मा काढला. रुमालाने खसखसून तोंड पुसलं. पुन्हा चष्मा टेकवत तिच्याकडे पाहिलं. ती नुसतीच मख्खासारखी उभी होती.

गावंढळ! कुठून कुठून येतात की अशी माणसं! काय रूप, साडी कुठं वर-

खाली चाललीये, केस काय, कोणत्या शतकातली हेअर स्टाईल केलीये देव जाणे! आपली आई ग्रेट आहे. 'हे झेंगट माझ्या मागे लावून दिलं' तो मनात हे सगळं मोठ्यांदा बोलत होता.

"काय?" ती म्हणाली.

"काय - काय?" तो खेकसल्यासारखा बोलला.

"आपण घरी जाऊ. तुम्हाला नसता माझा त्रास." बोलताना तिचा आवाज गोड असल्याचं जाणवलं. तिचा स्वर खालचा आणि पडका होता.

तो वरमला. नको म्हणत त्याने गाडी सुरू केली. ती मुकाट बसली. तिने खरेदी झटपट केली असं त्याला वाटलं. मुख्य म्हणजे तिने बहुतेक गोष्टी आजीबाई टाईप घेतल्या नाहीत हे त्याने निरखलं. पण एवढ्या सगळ्या प्रकारात आपण तिला नावही विचारलं नाही हे त्याला आठवलं. आता तिला रुमालवाल्यापासून परत बोलवण्यासाठी काम करावं त्याला कळेना.

'शुक शुक' करीत तो बोलावू लागला तसे आजूबाजूचे लोक त्याच्याकडे मजेशीर नजरेने पाहू लागले. अगडबंब थुलथुलीत शरीर, गोल गरगरीत मडक्यासारखं डोकं, चष्मा, बारीक कापलेले केस, बारीक मिशा (ही मित्राचीच सूचना, लोकांची नजर चेहऱ्याच्या मध्यावर खिळवून ठेवण्याची युक्ती.) घामाने ओले झालेले कपडे. 'शुक शुक' करताना उंचावलेला हात खाली घेताना त्याला स्वत:लाच वाटलं की आपला पंजा चांगलाच जाड आहे. सुदैवाने ती वळली. सरळ चालत त्याच्याकडे निघाली. त्याच्या तांत्रिक डोक्याने मोजमापं सुरू केली. उंची बहुधा ५ फूट ४ इंच. शेलाटी. वजन ५५. केस निरोगी, त्वचा सावळीच्या जवळ, डोळे थोडे बारीक, कपाळ ठीक, नाक वाईट नाही. खेड्याच्या मानाने चांगलीच ताठ चालतेय. रस्ता न बुजता पार केलाय.

ती जवळ आली तशी किंचित हसली. आपण तिच्याकडे बारकाईने पाहत होतो असं वाटून तो संकोचला.

उन्हाने दोघंही थकले होते. 'चला, थंड घेऊ' म्हणत तो जवळच्या हॉटेलात शिरलाही. तीही मागोमाग. बसल्यावर त्याने विचारलं, "काय घेणार?"

"काहीही."

"काहीही काय? थंड की चहा?" तो त्रस्त आवाजात म्हणाला.

"चहा? इतक्या उन्हात?"

तो वरमला. ऑर्डर दिल्यावर त्याने पहिल्यांदाच सरळ तिच्याकडे पाहिलं. "नाव काय तुमचं?"

"निमा."

निनादला गंमत वाटली. 'निमा-निनाद' तो हसला.

“काय झालं?” तिने विचारलं.

“केवढं गाव आहे तुमचं? इथून किती लांब? घरी कोण आहे? वडील काय करतात? मावशीचं आणि तुमचं नातं काय आहे?”

ती हसली. “एकदम एवढ्या प्रश्नांची उत्तरं द्यायची मला सवय नाहीये.”

ती बोलली नाही. तोही गप्प झाला. आपण जरा जास्तच कोरडे आणि फटकळ झाल्याचं त्याला जाणवलं.

आपल्या शरीरामुळे लोक आधीच गंमतशीर आपल्याकडे पाहतात. मग सहानुभूतीने सल्ले देतात. सूचना करतात आणि अगदी मित्रसुद्धा मागे टिंगल करतात, हा त्याचा अनुभव होता.

“हाय मोट्या! इकडे कुठे?” मागून आवाज आला. तो आधीच चिडलेला होता.

नक्की सदाफळे! त्याचाच आवाज हा.

‘याला इथंच कडमडायचं होतं.’ तो वैतागत मनाशी पुटपुटला. ‘महाबिलंदर पोरगं! सगळ्या गावच्या उचापती करत फिरतो. कुणाबरोबर पोरगी दिसायचा अवकाश, की हा भळभळलाच. सुतावरून स्वर्गाला जायची तयारी. एरवी आपल्याकडे पाहायचा नाही, पण मुलगी बरोबर असेल तर हमखास ओळख देणार.’

“हॅलो बारकू.” तो मोठ्या आवाजात म्हणाला.

“हाय-” असं म्हणत सदाफळेनं डोळा बारीक केला. निमाकडे पाहत त्याच्या खांद्यावर थाप मारली. ‘नंतर भेट रे. नाहीतर वाहात जाशील’ म्हणत तो गेला.

निनादने हातातल्या कड्याकडे पाहत हाताची हालचाल केली.

तिच्याकडे चुळबुळत पाहत ‘मनावर घेऊ नका’ अशा अर्थाचा चेहरा केला.

ती गंभीर बोलत होती. आपल्याकडे पहायचं टाळते आहे असं त्याला वाटलं आणि एकदम निनादच्या मनात शंका आली.

‘बाप रे! ही पोरगी मला पाहायला आलीये की काय?” तो मनात ओरडला.

मागच्या वेळी मावशी आली तेव्हा म्हणाली होती की, आता लग्नाला आलाय. चटकन ठरवून टाक. अर्थातच ‘याला कोण मुलगी देणार?’ असं आई म्हणालीच असणार. त्यावर हा समोर बसलेला उपाय !

आता मात्र तो हबकलाच. त्याला हा सगळा प्रकार साशंक करणारा होता.

ही केरसुणी खेड्यातून आणून आपल्या गळ्यात बांधणार या कल्पनेने तो अस्वस्थ झाला.

“मावशी कोण लागते तुमची?” त्याने अचानक प्रश्न केला.

“चुलत चुलत काकू लागते.”

“म्हणजे जवळची नाहीच. इथं काही काम आहे का तुमचं?” त्याने विचारलं.

ती बुचकळ्यात पडलेली दिसली त्याने मनातल्या मनात टाळी वाजवली. ‘कसं पकडलं? आता खरं काय ते बाहेर येईल.’ तो मनात म्हणाला.

“इथे शिकायला यायचंय.”

“काय शिकणार तुम्ही?” शब्दातली तुच्छता तो लपवू शकला नाही.

“तुम्ही काय शिकलाय?” प्रतिप्रश्न.

“मेकॅनिकल इंजिनिअरिंग करतो आहे.”

“कोणत्या वर्षाला?”

“म्हणजे शेवटच्या वर्षाला आहे.”

“किती साली बारावी झालं?”

‘च्यायला! मला प्रश्न विचारतीय.’ त्याने चाचरत साल सांगितलं.

“एखादं वर्ष गेलंय वाटतं?” ती म्हणाली. त्याला सौम्य झटकाच होता. त्याने उत्तर देण्याचं टाळलं. त्याऐवजी आपलंच नाक वर असल्यासारखं दाखवत त्याने चौकशी चालूच ठेवली.

“वडील काय करतात तुमचे?” तो म्हणाला.

“दोन वर्षांपूर्वी वारले.” तिने मान खाली घातली. तो थोडा वरमल्यासारखा झाला, तरीही त्याच्या डोळ्यांपुढे एक चित्र उभं राहिलं. वडील गेलेले. दोन-तीन भावंडं. ही सगळ्यात मोठी. आई कमी शिकलेली. शेती करायला कोणी नाही. नातेवाईक मदत करीत नाहीत. आईच्या हाती पोळपाट-लाटणं किंवा शिवण. गरीब चेहऱ्याची भावंडं.

या मुलीचं लग्नाचं वय. पैसा नाही. रूपाने बरी.

मावशीची भेट.

मावशीने आपल्या जाड्या भाच्यासाठी फेकलेलं जाळं. गरिबीमुळे अडकलेली ही मासोळी. असहायतेचा फायदा. त्याला उगाचच वाईट वाटत राहिलं. त्याच्यातला तुटकपणा अंशत: कमी झाला, तरी हा सगळा प्रकार त्याला आवडलेला नव्हताच. मावशी आणि आईने आपल्याला फसवलं ही त्याची ठाम समजूत होती.

“भावंडं किती तुम्ही?” त्याच्या स्वरात मार्दव आल्यासारखं त्याचं त्यालाच वाटून गेलं.

“तिघं. दोन बहिणी, एक भाऊ.”

“भाऊ लहान आहे?”

"हो, मी मोठी."

'करेक्ट!' आपला अंदाज बरोबर आहे तर! त्याच्या चेहऱ्यावर पुढच्या उत्तराच्या अंदाजाचं औत्सुक्य आलं.

"आई काय कामधाम करते?"

कामधाम हा शब्द त्याने उपाययोजना केल्यासारखा सार्थ वापरल्याचं त्याला समाधान झाले. आवाजात कणव आली.

"सरपंच आहे."

तो उडाला. तरीही त्याने 'तीन टक्के आरक्षण' असा हिशेब लावला आणि 'अबला केल्या सबला– फक्त सहीपुरत्या' असा अंदाज लावत म्हणाला.

"ते असतंच हल्ली. घर कसं चालतं?"

"पन्नास एकर बागायत आहे."

त्याला शेतीतले ढ का फ कळत नव्हतं. पन्नास एकर बागायतीच्या उत्पन्नाचाही अंदाज त्याला नव्हता. ऐकीव ज्ञानावर हे उत्पन्नाचं बऱ्यापैकी साधन आहे एवढंच त्याला माहिती होतं.

"भाऊबंदकी आहे का?"

हा प्रश्न आपण का विचारला?

"नाही, वडील एकटेच होते. आता सगळं बस्तान बसलेलं आहे. फक्त कामाची माणसं सांभाळायची जबाबदारी आहे." ती पोक्तपणे म्हणाली. त्याला 'नोकर सांभाळ, फडफड बोलत जाऊ नकोस.' असं आई बजावयाची तेवढंच माहिती.

"सरपंच काय निवडणूक वगैरे होऊन झाल्या का?"

तिने त्याच्याकडे पाहिलं. मान डोलावली.

"पुण्यात भांबावल्यासारखं होत असेल ना?"

तिने फक्त त्याच्याकडे पाहिलं. त्याचा आता आत्मविश्वास दुणावला.

तो म्हणाला, "पुणं बदललंय. मेट्रोपोल होईल. पुणेरी पगडी गेली आहे. पोल्यूशनही खूप वाढलंय. मेट्रोपोल म्हणजे काय ते कळलं ना? इथे खूप सॉफिस्टिकेटेड गोष्टी आल्यात. गल्लोगल्ली पॉप म्युझिक आलंच – यू नो – म्हणजे धमधमाधम. मला फारसं आवडत नाही." त्या वेळी त्याच्या डोळ्यांपुढे स्वत: जमवलेल्या कॅसेटचा ढीग आला. आणखी पैसे कॅसेट खरेदीसाठी मिळणार नाहीत हे आईने बजावल्याचंही आठवलं. तो म्हणाला.

"पॉप म्युझिक ऐकलंय ना?"

तशी ती शांत पण ठाम शब्दांत म्हणाली,

"टीव्ही आहे. दोन चॅनल्स दिसतात. आम्ही आता डिश ॲन्टिना बसवून

घेतोय. मला मायकल जॅक्सन आवडतो. नाना मस्कुरी आवडते. जॉन डेनव्हरही आवडतो. जुन्यापैकी पंजाबी गाण्यांची लय आवडते.''

तो थक्क झाला.

इतका वेळ स्वत:च्याच नादात तो बोलत होता. एखाद्या वकिलाने उलटतपासणी घ्यावी तसे प्रश्न तिला विचारत होता. तीही निमूट उत्तरं देत असल्यामुळे त्याचा आत्मविश्वास उगाचच वाढला होता. आता या 'एकविसाव्या शतकी' उत्तराने तो दणकन जमिनीवर आला. तिच्याकडे नीट निरखून पाहू लागला.

सावळ्या रंगाच्या या मुलीच्या डोळ्यांतला आत्मविश्वास त्याला प्रथमच जाणवला. तिच्या अंगावर रंगाला शोभेल असा मोतिया रंगाचा ड्रेस आहे हेही जाणवलं. मघापासून ती जमिनीवर डोळे लावून खाल मानेने उत्तरं देत नव्हती तर त्याच्या चेहऱ्याकडे थेट बघत उत्तरं देत होती आणि तीही सौम्य, सभ्य आणि नीटसपणे. तिच्या बोलण्यात अघळपघळ भोंगळपणा नव्हता. तो मात्र भंगडसारखं ढिल्लंढाल्लं विचार न करता बोलत होता.

तो थोडा सावध झाला. सावरून बसला. ती सांगत होती.

''गावी पोल्यूशन कमी आहे. आमच्या गावच्या जवळच्या जंगलात प्राणी आहेत. मोठं तळं आहे गावालगत. तिथे वेगवेगळ्या जातीचे मासे सोडलेत. माशांच्या विविध जातींवर संशोधन चाललंय. जलचर प्राण्यांवर टीव्हीसाठी एक मालिका बनवायची होती. मागे त्यासाठी लोक आले होते.''

ती थांबली. त्याच्या प्रतिक्रियेचा आणि प्रश्नांचा अंदाज घेत मग म्हणाली.

''मी इथं रसायनशास्त्रात एम.फिल. करायचं म्हणतेय. उद्या विद्यापीठात जाईन.''

''पण– '' तो गोंधळला.

''म्हणजे–''

त्याला शब्द सापडेनात. मग तीच म्हणाली,

''मी मुंबईला एम.एस्सी. केलंय. पण घरच्या गोंधळात रजिस्ट्रेशनची तारीख गेली.''

त्याचा 'आ' बंद झाला नाही. ती पुढे म्हणाली,

''हायकोर्टला शेतीची केस चाललीये. औरंगाबाद बेंचपुढे. तिकडे गेले होते. भाऊ इस्रायलला जाण्याची तयारी करतोय. तो नुकताच बी.एस्सी. अॅग्रीकल्चर झालाय.''

त्याने डोके खाजवल्यासारखं केलं.

तो स्वत: फारच बेसावध होता तर!

त्याला एकदम कात्रीत पकडलं गेल्यासारखं वाटलं. एकीकडे हिने आपल्यावर

बाजी मारलीये असे वाटून राग येत असतानाच, आपण या मुलीविषयी पुरेशी माहिती न घेताच पूर्वग्रहदूषित राग मनात धरला होता असं त्याला वाटलं. त्याचा संभ्रमित चेहरा तिने नीट निरखला. त्याच्या पूर्वग्रहाविषयीची आपली कल्पना खरी ठरली. त्यामुळे विस्ताराने स्वत:विषयी सांगितलं ते बरं केलं असं तिला वाटलं. त्याच्या चेहऱ्यावरचे भाव त्याचे द्योतक होते, तरीही तिकडे दुर्लक्ष करीत तिने स्वत:ची माहिती देणं चालूच ठेवलं.

"तुमच्या मावशीचे यजमान सूर्यशक्तीवर चालणाऱ्या वस्तूंचा व्यापार करतात ना? म्हंजे त्यांची एजन्सी आहे. गेल्या वर्षी त्यांनी आमच्या गावी प्रात्यक्षिकं करून दाखवली." झाला एवढा डोस पुरेसा झाला होता. विषय बदलत ती म्हणाली.

"सूर्यशक्ती ही फार मोठी गोष्ट आहे नाही? आपण नीट वापरली तर कुठच्या कुठे जाऊ! हो ना?"

तिचा प्रश्न त्याला जाणवलाच नाही. तिच्या बोलण्याकडे त्याचं लक्ष नव्हतं. आपल्या डोळ्यांपुढे उभ्या केलेल्या गावाकडच्या लोकांचं चित्र भंगलं होतं. अचानक तिखटाने ठसका लागावा तसा हा अनुभव होता. तो या धक्क्यातून बाहेर पडू पाहत होता.

नकळत तो बोलून गेला.

"फारच साध्या आहात हो तुम्ही."

ती बोलली नाही नुसती हसली.

मोटारसायकलपाशी आल्यावर तो थांबला. म्हणाला,

"चालवणार का? नाहीतरी इतक्या सगळ्या गोष्टी तर तुम्हाला येतातच!"

"नक्की. पण आज नाही. नंतर शिकल्यावर."

त्याला वाटलं; हे फारच झालं. ही प्रतिक्रिया त्याला अपेक्षित नव्हती.

ती येण्याआधी गावाबद्दल त्याच्या एकूणच ढोबळ कल्पना होत्या. पण पक्क्या होत्या. शहरीपणाचा पगडा त्याच्यावर पक्का होता. कपड्याची दाट, घट्ट वीण उसवायला अवघड जावी तशा कल्पना आणि तशीच ठाम मतं. आतापर्यंत ती बदलण्याचा प्रसंग आला नव्हता. ना तशी कुणी व्यक्ती भेटली होती.

आणि आता ही निमा आली तसा तो फुशारक्या मारत होता. कारण हिला आपल्यासाठीच पाठवण्यात आलंय असा त्याचा गोड गैरसमज होता. सिनेमात दाखवतात तशी ही गावंढळ, गांवकी भोली आहे. तिला शहरी तौरतरीके कळत नाहीत. ती अनपढ, गंवार आहे. हा त्याचा विश्वास भंगला होता. पण या भ्रमनिरासाने तो सुखावला होता आणि धास्तावलाही होता. हे पाखरू त्याच्यासाठी नव्हतं तर!

रात्री जेवणाच्या टेबलावर सगळेच गप्पा मारायला बसले. एरवी त्या मुलीपुढे फक्त खाऊन निघून जाणारा निनाद चांगला खुर्चीला चिकटला होता. आई विचारत होती,

"काय, झाली का खरेदी निमा? मिळालं का सगळं तुला पाहिजे होतं ते? का आमचे लाडोबा-जाडोबा तुला एकटीला टाकून हुंदडले मित्रांबरोबर?"

यावर वडील अनुमतीदर्शक हा हांऽऽ करीत हसले. निनाद जाम चिडला. काय वाट्टेल ते झालं तरी आपल्या जाडीला आई लाडोबा हे विशेषण जोडीत सत्य पदरात घालतच राहते हे त्याला सवयीने माहिती होतं. पण त्याचा उल्लेख त्याला आज बोचला. इतर वेळी एक बसणी सहा पुरणपोळ्या किंवा एका बसणी चार आईस्क्रीम खाणं ही त्याची खासियत होती. त्याबद्दल तो फारसा विचारही करत नसे. उलट आजी, 'अगं, बाळ-बाळसं टिकतं एकेकाचं – जाईल झडून' असं प्रेमाने म्हणे त्या वेळी तो खुलून आणखी एखादी वस्तू खुशीने खाऊन घेई.

आज मात्र गाजराच्या हलव्याच्या वाटीला तो शिवला नाही.

हे आपण का केलं असावं, असा प्रश्नही त्याने स्वतःला केला नाही. उलट उठल्यावर तडक खोलीत जाऊन पुस्तक उघडून बसला.

कधी नव्हे तो आपलं नापास होणं, आपली जाडी, आपल्यापुढे सरकून इंजिनिअर झालेले मित्र, आपलं अपयश सहज मान्य करण्याची धाटणी – या गोष्टी त्याच्याभोवती भुतावळीसारखी नाचू लागल्या. उघड्या दाराच्या फटीतून त्याला पाठमोरी निमा आईशी हसत, साधेपणाने बोलताना दिसत होती. पतंग कटल्यावर मांजा हातात लटकावा तशी त्याची स्थिती झाली होती.

आपल्याला ही मुलगी पटलीये, पण तिला आपण आवडण्याचं कारण काय?

तरीही काहीतरी जादूही व्हावी असं त्याला वाटून गेलं.

सकाळी जाताना आईने सांगितले,

"निनू, हिच्याबरोबर तू युनिव्हर्सिटीत जा. तिचे फॉर्म्स वगैरे काय असतील, कुणाला भेटायचं वगैरे असेल तर ते करूनच आण. नाही तर उधळाल!" त्याने मान डोलवली.

काम झाल्यावर चहाच्या टपरीपाशी तिने 'चहा घ्यायचा का?' विचारलं.

'घेऊ' तो म्हणाला.

"दो चाय." म्हणताना कडक मीठा म्हणायचं टाळलं.

"उद्या जाणार?" त्याने विचारलं. विचारताना आपली हुरहूर लपवणं त्याला अवघड जात होतं. तिच्या नजरेतून ते सुटलं नसावं.

तिने मान डोलावली. म्हणाली, "परत येतेय ना. इथे होस्टेलला राहायचं ठरवलंय. मग भेट होतच राहील."

त्याला उड्या मारण्याची ऊर्मी आली. चेहऱ्यावर अधीरपणा झाकू शकला नाही.

"तुमचा काय बेत?"

"ताबडतोब जिम, नाही, व्यायामशाळा जॉईन करतोय." स्वत:कडे चौफेर पाहत अडखळत म्हणाला "जाडी जरा जास्त वाढलीये."

"तर काय! जिम करा. चष्मा काढा, कॉन्टॅक्ट लेन्स लावा आणि पुस्तकं–"

"त्याने काय होणार आहे?" त्याने मध्येच तोडलं.

"कोणी सांगावं, एखादी गावाकडची फर्मास पोरगी गटवाल." ती मोकळी हसली.

तिने टाळीसाठी हात पुढे केला. निनाद आ वासून पाहत राहिला. मग टाळी देत तिच्या हसण्यात सामील झाला.

■

द्रोही

श्यामली आत चुलीपुढे बसली होती. कालवण झालेलं होतं ते ढवळून तिने उतरवून ठेवलं. दरवाजाबाहेर नजर टाकली. समोरच्या, छतावर पेंढ्या टाकलेल्या पडवीत सुमेर खाटेवर आडवा पडला होता. एक हात उशाला घेऊन तो स्वस्थ झोपल्यासारखा दिसत असला, तरी पोटावरच्या दुसऱ्या हाताच्या हालचालीवरून तो काही तरी निरखून पाहातोय हे श्यामलीने हेरलं.

बारीक डोळे करून सुमेरसिंह एकटक दूरवर पाहत होता. त्याच्या घरापासून उत्तरेला मोठं पठार होतं. छोटीमोठी झाडं सोडली तर कोणता अडथळा नव्हता. अगदी स्वच्छ दिसेल असं ऊनही होतं. गावाच्या सीमेवर सीमा सुरक्षा दलाचा जवान उभा होता. त्याची काळसर आकृती उन्हाच्या झळांमध्ये सळसळत्या पार्श्वभूमीवर दिसत होती. त्यानं घातलेली कडक टोपी, हनुवटीखाली आलेला पट्टा, उंची, जाडी, जवळून न पाहताही सुमेरला दिसत होती.

त्याने जवानाच्या आकृतीवरून नजर हलवली. पाण्याच्या लाटा वाऱ्यावर हलत राहाव्यात तसा हवेचा तलम पट्टा उन्हात हलत होता. राजस्थानात राहत असल्याने त्याला अशा मृगजळाची सवय होती. त्या पारदर्शी हलत्या पडद्याकडे बघायला त्याला आवडायचं.

त्याचं हे खेडं राजस्थानात पश्चिमेला वसलेलं. मुळातच सगळा रेताड भाग. थरच्या वाळवंटाचाच एक तुकडा. दूरवरपर्यंत पसरलेली भुरी, तांबडी/ बारीक वाळू, कुठे कुठे उंचावलेले खडे किंवा रेतीचे उंचवटे आणि निवडुंगाची विविध प्रकारची वाढलेली झुडपं. आपला गाव इतका रूक्ष आहे हे चांगला मोठा होईतो सुमेरला कळलं नव्हतं.

त्याने डोळे हलवले नाहीत. पडल्या पडल्या डोक्याखाली घेतलेला हात त्याने बदलला. कमरेखाली कळ मोडण्याइतपत हालचाल केली.

"श्यामी, ओ श्यामी," त्याने हाक मारली. झोपडीबाहेर टाकलेल्या छपराकडून हाक येताच शामली उठली. डोक्यावरची ओढणी सासूकडे पाहत उगाचच पुढे

ओढली. घाईने निघाली. पण उंबरठ्याबाहेर पडताच तिची चाल मंदावली. त्यात लय आली. कमरेला हेलकावे देत ती येत असताना सुमेरने मान वळवली. तो तिच्याकडे पाहू लागला.

तिच्या सुडौल शरीराकडे पाहताना त्याच्या चेहऱ्यावर हसू उमटलं. सावळा रंग, मोठे मृगनयनी डोळे, भरगच्च ओठ आणि भरलेलं डौलदार शरीर. कुणा राजाच्याच घरी जायची, पण इथे पडली– त्याच्या मनात आलं.

"काय आहे?" तिने विचारलं.

विचारताना तिने मान लडिवाळ वळवली.

सुमेर थक्क होऊन पाहत होता. काय विचारावं हे न कळून तो म्हणाला,

"तुला लेकरू आहे हे सांगून खरं वाटायचं नाही आणि परवाचं हे बोर तू काय रोज घालायला लागलीस की काय?"

श्यामलीने आपली लांबसडक बोटं कपाळावरच्या बोरावर टेकवली अन् मान हलवत म्हणाली.

"फक्त श्रीमंतांनीच घालायची का काय? तू म्हणतो तसं – घरंदाजाचं लेणं."

"तू घरंदाज बाईला लाजवशील."

त्याने तिला जवळ ओढलं. तांबडी, लाल ओढणी चेहऱ्याच्या दोन्ही बाजूंनी महिरपीसारखी झाली. तिच्या काजळ घातलेल्या डोळ्यांना डोळे देत त्याने ओढणीखाली हात घातला. पाठीवर त्याचा हात येताच ती शहारली. लटकेच रागावत बाजूला झाली.

"सासूमाँ आहे ना – काही तर ठेवा."

"जाऊ दे–" तिला आणखी जवळ ओढत तो म्हणाला. "तू अशीच राहिलीस तर शंभर चांदीची बोरं तुला घालीन."

श्यामीचा चेहरा आनंदाने आणि समाधानाने उमलला, तरीही सुमेरसिंग शंभर चांदीची बोरं कशी घालायला देणार हा प्रश्न स्त्रीसुलभ रीतीने तिच्या मनात आलाच.

"उई मा – पैसा? आणणार कुठून पैसा?"

तिची नजर घरावर फिरली कुंजपूर गावाच्या एका टोकाला तिचं घर होतं. घर म्हणजे पक्की बांधलेली एक खोली. त्याला लागून पुढे बल्ल्यावर टाकलेले छप्पर. तिचं लग्न झालं तेव्हा तरी एवढंच होतं. मागे रिंगण घालून मेंढ्या आणि बकऱ्या ठेवल्या होत्या. कुठे जायला खेचर किंवा हेलासुद्धा नव्हता. आज मात्र मागच्या रिंगणात नाली, चाकला, भाग्र, जैसलगिरी बकऱ्या खचाखच भरल्या होत्या. जमना पारी, बारबेरी जातीच्या शेळ्या ठेवलेल्या होत्या. घरी दूधदुभतं

होतं. तिची छोटी मुलगी शेळ्या-मेंढ्यांच्या कळपात खिदळताना पाहून सुमेरची आई डोळे भरून येईतो हसायची आणि आजी-नातीचं कौतिक पाहताना या दोघा नवराबायकोंना आकाश ठेंगणं वाटायचं. तिने कुठून आणणार पैसे असे विचारलं तरी भरलेला गोठा तिला दिसत होता.

"तुला काय फिकीर पडली? जोपर्यंत सुमेरचं चालतंय तोवर वांधा नाही." सुमेर म्हणाला. जनावरांच्या काठी लावलेल्या रिंगणापलीकडे तो पाहत होता. तिथे त्याने दोन वर्षांपूर्वी गोठा बांधला होता.

पण पहिल्या गोठ्यापेक्षा चांगला लांब-रुंद, दाट छप्पर घातलेला गोठा कुंजपूरच्या लोकाच्या डोळ्यांत खुपत होता.

"शेजारची जमना आहे ना? ती परवा बाजारला गेले होते तेव्हा भेटली होती. अशी घुरून घुरून पाहत होती की माझ्या अंगावर काटाच आला!"

तो हूं हूं करीत होता. आळसावून त्याने विचारले, "कोण जमना?"

"आत्ता? शिवा हवालदाराची बायको नाही का? मागे एकदा मला तिने खोदून खोदून प्रश्न विचारले होते. एकदम धनाचा हंडा सापडला का विचारीत होती." तिने एक मोठा श्वास घेतला. म्हणाली, "तरी तुम्हाला बजावत होते की एकदम एवढ्या शेळ्या-मेंढ्या विकत घेऊ नका. चारच्या चौदा झाल्या ठीक आहे. पण चाळीस झाल्या तशा डोळ्यांवर आल्या आणि–"

"आणि काय?" तो सावध झाला होता. डोळ्यातला आळस पार कुठच्या कुठे नाहीसा झाला होता. त्याच्या स्वरात राग होता, अधीरता होती. शामी वरमल्यासारखी झाली.

"काही नाही."

"अगं सांग ना, आता इतकं तर सांगितलंच ना?"

"उंट कशाला घेतला? एवढा मोठा मेवाती उंट. सगळा गाव पाहायला आला होता."

ती खुदकन हसली.

केवढा आनंद झाला होता तिला! कधी स्वप्नात तिला वाटलं नव्हतं की ती एवढ्या मोठ्या जनावराची मालकीण बनेल!

बापाच्या घरी चुल्हाचौका करून रेताडं तुडवीत जळण आणि पाणी आणायला ती जाई. राजस्थानच्या उन्हाचा कडाका, रेत तापून उठलेली. पायातल्या तुटक्या पायताणातून ती रेती छोटे छोटे चटके दिल्यासारखी पायावर येई. डोळ्यापर्यंतच्या ओढणीखाली उन्हाच्या झळ्या लागत. मृगजळाची सवय झाली असली तरी चुकूनमाकून कधी कधी चार-सहा किलोमीटरची फेरी होई. या भागात निवडुंगाशिवाय किंवा झुडपाशिवाय झाड मैलोन्‌मैल नव्हतं. ना कुठे सावलीला निवारा. कधी

सकाळी लवकर ती बाहेर पडे तर कधी दुपार थोडी कलल्यावर. पण तरीही लग्न होईतो तिच्या आयुष्यात काही बदल नव्हता. बापाचा संसार मोठा. लेकरं भरपूर. हीच मोठी. सगळी धाकटी भावंडं हिच्या अंगाखांद्यावरची! शामलीचं लग्न ठरल्यावर तिची माँ सगळ्यात जास्त रडली. श्यामली जाणार म्हणजे कामाचे दोन हात कमी होणार. गरिबी, कष्ट आणि संसार यात पिचलेल्या आईला सोडणं श्यामलीला नको वाटलं असलं तरी सुमेरसिंग आणि त्याची आई एवढ्या छोट्या हक्काच्या संसारात ती विसावली.

बऱ्यापैकी खाणं-पिणं आणि चांगला नवरा या गोष्टी तिच्या अंगोपांगी, लागलीच ठळक झाल्या. लग्नात काठी असणारी श्यामली श्यामवर्णात उठून दिसायला लागली. अंगोपांगी भरल्याने मनात भरू लागली. छोटीच्या जन्मानंतर, सुमेरचे दिवस अचानक पालटले. सुबत्ता आणि पैसा आला. छोटी पायगुणाची झाली असं सुमेर म्हणायचा.

उंट घ्यायच्या आधीची गोष्ट. ते आठवलं तरी तिच्या अंगावर काटा यायचा. ऊन तापायचं. अश्विन असेल. एक दिवस सुमेर मेंढ्या, बकऱ्या घेऊन सकाळी नेहमीसारखा बाहेर पडला. दिवसभर थांबून थांबून भणाण वारं वाहत होतं. संध्याकाळी सुमेर परतायचा, पण त्या दिवशी त्याचा पत्ता नव्हता. रात्र पडली. वारा जोरात वाहायला लागला तशा सासू-सुना घाबरल्या. अंधारात दूरवर काही काही दिसणं शक्य नव्हतं. वाळू घरात यायला लागली तसा दरवाजा बंद करणं भाग होतं. खिडकी उघडून आळीपाळीने दोघी घाबरलेल्या अवस्थेत बाहेर बघायच्या. म्हातारी सारखं रामनाम पुटपुटत होती. घरात स्मशानाला लाजवेत अशी शांतता . फक्त बाहेरच्या घोंगावणाऱ्या वाऱ्याचा आवाज तेवढा चाललेला. दर वेळी घोंगावणाऱ्या आवाजाने गरोदर श्यामलीच्या जिवाचं पाणी पाणी व्हायचं. सुमेर कुठे आणि कसा असेल याचा घोर जिवाला असताना 'आता या बाईला वेणा येऊ नयेत म्हणजे भागलं' असं सासू मनात म्हणत होती.

रात्रभराच्या वाऱ्याच्या थैमानाच्या सकाळी फक्त खुणा शिल्लक होत्या. सकाळ झाली तरी सुमेरचा पत्ता नव्हता. सैरभैर श्यामली आणि सासू त्याला शोधत होत्या. त्याच्या घराच्या मागे दोन-तीन किलोमीटरवर खडकात दोन गुहा होत्या. पण तिथे पोहोचायला वाळूचे पट्टे पार करावे लागत असल्याने गावकरी तिकडे फिरकायचे नाहीत. कधी कधी वादळाच्या भीतीने तिथे आडोसा घेतलेले लोकही कुंजपुराला परतले, की तिथे घडलेल्या विक्षिप्त आणि भयप्रद गोष्टी सांगायचे, त्यामुळे तिकडे वर्दळ नसायचीच.

पण सुमेरला त्या गुहा आवडायच्या. निसर्गाने बांधलेलं ते सुंदर घर आहे

असं तो म्हणायचा. जनावरं तिकडे चरायला नेऊन तो तिथं दुपार काढायचा. मधून मधून तिथे जाऊन आल्याचंही तो घरी बोलायचा. त्यामुळे सासू-सुनांनी तिथेच जायचा निर्णय घेतला.

अर्धाअधिक तापलेल्या वाळूचा पट्टा पार करताना त्यांना भक्क पार्श्वभूमीवर सुमेरची आकृती दिसली. दोघींनी धावत त्याला गाठलं. त्याचा अवतार पाहून त्या सुन्न झाल्या.

त्याचे डोळे तांबारलेले होते. केस विस्कटलेले होते. अंगावरचा सदरा फाटलेला. पाठीवरच्या फाटक्या भागातून माराच्या खुणा दिसत होत्या. नाकाजवळ रक्त साकळल्याचे काळे डाग होते. दोघींनी त्याला कवटाळलं.

"काय झालं?" खोदून खोदून विचारलं तरी तो शब्दही बोलला नाही.

सासूने त्याला ताकीद दिली की काही झालं तरी दिवस अर्ध्यावर आला की घरी यायलाच पाहिजे.

आणि तरीही रात्रीच्या गस्तीला तो बाहेर पडतच होता. मागच्या गोठ्यात कधी रात्री खुसूर खुसूर ऐकू येई, पण तिकडे कुणाचे लक्ष नसे. त्याच्यानंतर पंधरा-एक दिवसांतच सुमेरने हा मेवाती उंट खरेदी केला आणि चित्रच बदललं.

"आपल्याला उंटच खरा पायगुणाचा झाला, छोटी नाही." नवऱ्याच्या छातीवर डोकं घासत ती लाडिकपणे बोलत होती. त्याची रुंद छाती, घट्ट स्नायू, त्याचं पौरुषत्व तिला सुखावत होतं.

"हंऽऽ" तो म्हणाला. "पण जमना आणखी काही म्हणाली का? ती हवालदाराची बायको?"

जास्त विचार करायच्या फंदात न पडता ती 'नाही' म्हणून मोकळी झाली.

"तिच्यापासून जरा जपून राहा." त्याने बजावलं.

तिने आज्ञाधारकपणे मान हलवली.

"हाक कशाला मारली?" तिने विचारलं.

"काही नाही, डोळ्याला उजेडात इतकं भक्क झालंय की समोरचं दिसेना."

"आत्ता गं बाई–" ती काळजीने म्हणाली.

तो हसला.

"मला काही झालेलं नाही. डोळे लांब पाहून थकल्यासारखे वाटताहेत. थोडी लस्सी दे करून आणि छोटीला इकडे पाठव."

"आत्ता आणते," म्हणत श्यामली आत गेली. मटक्यातलं दही घुसळताना तिने सासूकडे तिरकं पाहून घेतलं. आपल्या बाहेर जाण्याने ती रागावली तर नाही ना? पण सासूमाँ छोटीत गुंग होती. तिला ताक करताना पाहून सासूने विचारले.

"ताक कशाला गं?"

"लस्सी मागितलीये."

"कुणी आलंय का बाहेर?"

"नाही बा, एकटेच आहेत."

"मग अधेमधे कशाला लस्सी?"

"डोकं दुखतंय." काही तरी कारण सांगायचं म्हणून श्यामली म्हणाली. तशी छोटीला कडेवर घेऊन सासूमाँ उठलीच.

"खूप त्रास नाहीये, डोळे जळजळताहेत."

श्यामलीला सासूमाँच तिकडे जाणं टाळायचं होतं.

"बघते काय झालंय. एरवी असा अवेळी तो लस्सी घ्यायचा नाही."

आपल्या एकुलत्या एका मुलाच्या कर्तृत्वाने सासूमाँ सुखावली होती. त्याच्या लहानसहान आवडी लक्षात ठेवून सुनेला सूचना देत होती. त्याची काळजी करीत होती.

"अन् हो, रात्रीला कुणी जेवायला आहे का विचारून घे. आजकाल कुणी कधी रात्री कडमडतोय. एक असो की दहा, सैपाक तर करायलाच लागतो ना?" ती 'हो' म्हणाली.

"अन् परवा रात्री तो तालेवार कशाला आला होता?"

सासूमाँ सीमा सुरक्षा दलाच्या जवानाला तालेवार म्हणायची. त्याच्या चालण्याच्या ठेक्यावरून तो येतोय हे आधीच कळतं म्हणायची.

"तालेवार? हांऽऽ काय माहिती. हे घरी आहेत का विचारत होता."

"मग तू काय सांगितलं?"

श्यामली हसली. आपल्याला सांगितलेले कळत नाही की काय असा तिचा स्वर होता.

"तुमच्या मुलानं इतकं बजावून सांगितलंय ते मी कसं विसरेन? ते कुठंही गेले तरी खरं सांगायची नाही. परवा हे बिकानेरला गेले होते. पण मी माझी चुलत आजी वारलीय, तिच्या घरी भेटायला गेलेत असं सांगितलं."

"बरं झालं, तो कशाला चौकशी करीत होता?"

"हातात काही तरी कागद होता. मला वाच म्हणाला. मला कुठं येतंय वाचायला? अन् मला काय गरज पडली वाचायची? मी ठणकावून सांगितलं, मला काही वाचायची गरज नाही. सोन्यासारखा संसार आहे. कर्तबगार नवरा आहे, छोटी लेक आहे."

"मग काय म्हणाला?"

"हसला झालं. कशाची कर्तबगारी म्हणाला, तेव्हा मी चिडले. तेव्हा विषय

टाकून निघून गेला. जाताना असा टवकारून पाहत होता मेला –''

''अशांच्या तोंडी लागलंच नाही पाहिजे. हराम जात मेली! डोळ्यांनीसुद्धा खातील. तू तोंड झाकलेलं होतं ना?''

''हो.'' श्यामली म्हणाली.

पण मनातून तिला माहिती होतं की तिने डोक्यावरून चुनरी घेतली नव्हती. नवऱ्याने हौसेनं केलेलं, चांदीचं मीनाकाम केलेलं बोर कपाळावर दिसावं, गळ्यातला हार दिसावा असं तिला वाटे. लोकांनी आपलं कौतुक करावं, नवऱ्याची तारीफ करावी असाही हेतू असे.

पण सुमेरसिंहचा याला विरोध होता. तो म्हणायचा –

''लोकांना श्रीमंती दाखवायची गरज नाही. नुसती जळणारी माणसं ती. मनातून आपला ते हेवा करतात. त्यांच्याजवळ जाण्याची गरज नाही.'' त्याला तिच्याकडे जमणाऱ्या चार-दोन बायकाही आवडायच्या नाहीत.

''तुझ्या रूपावर जळतात त्या! त्यांना घरातलं काही बोलू नको. माझी माहिती काढायचा प्रयत्न करतील. तू चूप बस. समजलं ना?'' असंही तो बजवायचा.

नवऱ्याच्या अर्ध्या वचनात काय, पूर्ण वचनात आणि प्रेमात अडकलेली श्यामली आनंदाने मान हलवून खुदूखुदू हसत होकार द्यायची आणि नवऱ्याच्या मिठीत त्याला सुख द्यायला आतुर व्हायची. कुंजपूरला हल्ली टीव्ही आला होता. ग्रमपंचामतीच्या पडवीत ठेवलेला असायचा. आजकाल इतर बायकांसारखी सुनेवर संध्याकाळचा स्वयंपाक सोपवून सासूमाँ टीव्ही पाहायला जायची. परत येऊन सुमेरला आणि सुनेला पाहिलेल्या गोष्टी सांगायची.

जरी सुमेरने तिलाही गाववाल्यांपासून दूर राहायला सांगितलेलं असलं तरी ते पाळायला ती बांधील नव्हती. इतर गावकऱ्यांबरोबर आणि बायांबरोबर चार-सहा वाक्यं बोलल्याशिवाय तिला चैन पडत नसे. आताही सुनेला तो शिवलाल हवालदार काय बोलला हे विचारताना तिच्या डोक्यात शिवलालचा विचार आधीपासूनच होता. गेल्या तीन-एक महिन्यांपासून शिवलाल तिच्या घराजवळ रात्रीची फेरी मारतो हे तिने हेरलं होतं. तो पोलिसात होता. त्याचं कामच होतं. तरीही काही तरी वेगळं होतंय हे तिला जाणवत होतं. बाहेर सुमेरसिंहजवळ ती येऊन बसली.

''डोकं दुखतयं का?'' तिने मायेने त्याच्या केसातून हात फिरवला.

''नाही, सहज पडलोय.'' तो म्हणाला.

विषय काढावा की नाही असा विचार करीत सासूमाँ म्हणाली,

''परवा संध्याकाळी तू मागच्या गुहेत गेला होता? मी तुला तिकडे गेलेलं

पाहिलं. सध्या मी मधल्या पडलेल्या विवरात हल्ली शेळ्या-मेंढ्यांच्या लेंड्या सडवतेय, तिकडे कशाला गेला होतास?'

ती चाचपडत बोलत होती.

"तू कशाला करतेस काम? आणि लेंड्यांचं खत कुणाला द्यायचंय आपल्याला? ते करायची गरज नाही आणि पाठवायचंच तर श्यामलीला का नाही पाठवलं?" तो चिडून म्हणाला.

"तुझी तरुण, चांगली दिसणारी बायको एकटीदुकटी विवराकडे कशी पाठवणार? शिवाय शिनवू ठाकूर म्हणाला की, इतक्या शेळ्या-मेंढ्यांचं खत केलं तर चार पैसे मिळतील."

"त्या चोंबड्याला करायच्या काय उचापती?"

तो चिडलेलाच होता. बोलता बोलता तो उठून बसला.

"तुझा बा गेला तेव्हा त्या घराच्या आसऱ्यावर तर आपण जगलो. नाही तर तुझ्या सात-आठ मेंढ्या लोकरीसाठी भादरायला कोण येणार होतं? मक्याच्या रोटीबरोबर निवडुंगाचा गरसुद्धा खाल्लाच ना? गरिबानं गरिबासारखं राहावं रे बाबा!" त्या कळवळून म्हणाल्या.

"कोण गरीब आता?" त्याच्या उघड्या, दंडापासून मानेपर्यंतचे स्नायू ताठ झाले होते.

"आता बरे आहेत रे दिवस–" सासूमाँ म्हणाली. "मी कशाला करू काळजी? पण मी विवरात गेले होते–"

"मग काय झालं?"

"तू गुहेपाशी तीन माणसांजवळ बोलत होतास."

"मग?"

"नाही, बोलेना का– पण गुहेकडे कधी लोक फिरकत नाहीत. भूतप्रेत आहेत म्हणतात–"

"पण कोण लोक होते असं वाटलं – दाढ्या-बिढ्या होत्या–"

"तू जास्त चौकशी कशाला करतेस? असेना लोक. आपण फिरतो तसे लोक फिरतात, आपण त्यांना भेटतो तसे ते आपल्याला भेटतात – तुझ्याबरोबर कोण होतं?"

त्याचा आवाज खरखरीत झाला. स्वर कुजबुजता झाला.

"कुणी नव्हतं. मी एकटीच होते. उगाच मनात आलं म्हणून विचारलं. आपण दोघंच पहिल्यापासून राहातो. तू सगळं सांगायचा मला. हल्ली कमी बोलतोस. वेगवेगळ्या बिनओळखीच्या लोकांबरोबर उठतोस-बसतोस. काळजी वाटते आई म्हणून– दुसरं काय?"

"मां, तू काळजी करू नकोस. सगळं ठीक आहे."

"त्यांनी बक्से कसले दिले तुला?" सासूमाँने आपला मुद्दा रेटलाच.

"कसले बक्से? तुला भास झाला माँ. पुढच्या बारीस मी जयपूरला जाईन, तेव्हा तुला घेऊन जाईन. डोळ्यांत मोतिया झाला तर कमी दिसतं म्हणतात. झाली का नाही अजून लस्सी?" तो आत पाहात ओरडला.

"मागच्या नव्या गोठ्यात–" ती म्हणाली. सुमेरने माँकडे एकदम दुर्लक्ष केलं. उठत-उठत माँ म्हणाली,

"बघ रे बाबा, जग फार वाईट आहे. तुला चांगली बायको आहे, घर आहे, पदरी लेक आहे आणि मी म्हातारी तर आहेच–"

तेवढ्यात श्यामली लस्सी घेऊन आली.

"जाऊ दे ना. उंटाच्या पुढे काही टाकलंय का नाही पाहा! मी उद्या रात्रीच्याला जयपूरला जायचं म्हणतोय."

"उद्या?" श्यामली आश्चर्याने म्हणाली.

"काय झालं?" त्याने विचारलं.

"दोन दिवसांनी गणगौर बसवायची आहे. सणावारांचे तुम्ही बाहेरगावी गेले तर काय सण करणार? मागच्या वेळी कार्तिकेत बिकानेरला नेतो म्हणाले. कपिलमुनीच्या उत्सवाला नाहीच नेलं." श्यामली म्हणाली.

"कार्तिकात पुष्करला चल म्हणाले तर मला विहिणीबरोबर एकटीला धाडलं. आपणही घरी राहिला नाही. सणालाच गावाला जायचं कसं काढतो?" सासूमाँ म्हणाली.

"कामच तसं असतं–" तो म्हणाला.

"सगळं जग सणासुदीत घरी असतं! कोण काम करतं रे? जो तो आपल्या घरी चुरमा खातो, तर माझा लेक गावोगावी फिरतो. गावाला करतो काय?"

"तुझ्याशी बहस फिजूल आहे. काम तर केलंच पाहिजे! पैसे कसे मिळतील? आणि तुम्हाला सगळ्यांना पोसू कसं?" तो चिडून म्हणाला. उठून त्याने मान झटकली.

लस्सी भरलेला ग्लास तसाच राहिला. श्यामलीला सासूचा फार राग आला. पण सगळं बोलणं तिच्या समजेच्या बाहेर होतं.

त्या दिवशी संध्याकाळी गावात गेलेली सासूमाँ लगबगीने परत आली. सुमेर घरी नव्हता.

"सुमेर कुठं गेला गं श्यामली?"

"मला काय माहिती? मागच्या गोठ्याकडे गेले होते. तिकडेच असतील

बोलावून आणू का?''

"नको मीच बघते–'' म्हणून सासूमाँ मागे गेली. सुमेर तिथे कुठेच नव्हता. तिच्या चेहऱ्यावर अधीरता होती. चिंताही होती. सईसांजेला घरीच राहात जा असं सांगूनही पोरगा ऐकत नव्हता. सासूमाँ लागलीच परत आल्याने श्यामलीला आश्चर्यच वाटलं. बोलायचं म्हणून ती म्हणाली,

"दूध देऊ का?''

"ना. काही नको.'' ती म्हणाली. शेवटी न राहवून श्यामलीने विचारलं,

"काय झालं? तुम्ही कशाची काळजी –''

"गावात काही तरी खळबळ माजली आहे. दोन मोठ्या शिपाई ट्रक ग्रमपंचायतीपुढे थांबल्यात. पोलीस उभे आहेत. आज टीव्ही लावला तरी पोलिसांपुढे कुणी बाईमाणूस पाहायला येईना. एकदमच सगळं गारठल्यासारखं झालंय. कुणाला विचारावं तर कुणी कुणाशी बोलेना. तेवढा शिवलाल बरा म्हणायचा. मोठ्या साहेबाला म्हणाला, ही सुमेरसिंहची आई आहे बरं का. तो साहेबही अदबीचा. कमरेत वाकून हात जोडले. पण काहीतरी भानगड आहे गावात. म्हटलं, सुमेर घरी असला तर गावात धाडावा–''

आता श्यामलीला आठवलं. "उंट घेऊन मागच्या डोंगराकडे गेलेत. अंधार पडायच्या परत येतो म्हणाले. माझ्या मेलीच्या लक्षात नाही.'' ती म्हणाली.

"असू दे.'' म्हणत सासूमाँ बाहेर खाटेवर जाऊन बसल्या.

अंधार दाटायला लागला तरी सुमेरचा पत्ता नव्हता.

सासूमाँ छोटीला घेऊन गाणं गुणगुणत झोपवत होती. श्यामली चुलीशी स्वयंपाक करीत होती. रातकिड्यांचा आवाज तेवढा सोडला तरी बाकी नेहमीसारखंच शांत होतं. शेळ्या, मेंढ्या शांत होत्या. तेवढ्यात गाड्यांचे आवाज आले. पाठोपाठ अचानक शेळ्या-मेंढ्यांचं ओरडणं सुरू झालं.

दचकून सासूमाँ छोटीला टाकून बाहेर धावली. पाठोपाठ श्यामलीही !

गाड्याचे दिवे रिंगणावर रोखलेले होते. गावात आलेल्या याच त्या दोन पोलिसी गाड्या आहेत हे सासूमाँने ओळखलं.

दोघींच्या डोक्यात प्रश्नांचं काहूर उठलं. भीती दाटून आली. छोटी रडत पाठीमागे आली.

दोन ट्रकमधून पंधरावीस पोलीस घराकडे येत होते.

"कुठे आहे सुमेर?'' पुढच्या साहेबाने दरडावून विचारलं. दोघी दातखीळ बसल्यासारख्या नुसत्याच टकमक पाहत राहिल्या.

"घरात लपला असेल–'' कुणीतरी मागून म्हणालं.

"अंदर नाही–''

आतले दोन शिपाई बाहेर आले.

"जनावरांत पाहा–" हा शिवलालचा आवाज सासूमाँने ओळखला.

"शिवलाल, ओ शिवलाल – तूच का रे? इकडे ये." म्हातारीचा स्वर आर्त होता.

साहेबासह शिवलाल हवालदार तिच्या पुढ्यात आला. मागे उभ्या असलेल्या श्यामलीकडे दोघंही टक लावून पाहत होते.

"काय भानगड आहे? तुम्ही इथे कशाला आला? माझ्या सुमेरनं काय केलंय?"

"मुलगा कुठं आहे तुझा?" साहेब शांतपणे म्हणाले,

"मला माहीत नाही."

"खरं बोल. तुला आम्ही त्रास देणार नाही."

"मला माहीत नाही." ती म्हणाली.

"तुला गं?" शिवलाल श्यामलीला दरडावून म्हणाला.

म्हातारी म्हणाली, "जनायला टेकलेल्या दोन शेळ्या आहेत."

तिच्या बोलण्याकडे कुणाचं लक्ष नव्हतं. पोलीस मेंढरात घुसले.

जनावरांचा आवाज, कुत्र्याचं भुंकणं, पोलिसांचं ओरडणं याने आसमंत दणाणला.

गावातल्या लोकांचे थवे आतापावेतो सुमेरसिंहच्या घराजवळ येऊन ठेपले होते. सगळीकडे पोलीस फिरत होते. उचकत होते. खोदत होते. चुलाणातली लाकडं बाहेर आली होती. श्यामली, छोटी आणि सासूला बाहेरच्या पडवीतून हलायची परवानगी नव्हती.

तेवढ्यात नव्या गोठ्याकडून मोठा गलका आला. श्यामलीला पळत सुटलेला सुमेर पाठमोरा दिसला.

"ओऽऽ अजीऽऽ" ती ओरडली. तिच्या ऊर फुटलेल्या आवाजाने पळता सुमेर क्षणभर थांबला. पुन्हा पळत सुटला. पोलीसही गाडी दणदणत त्याच्यामागे आले. काही पोलीस पडवीकडे आले. मघाच्या साहेबाच्या चेहऱ्यावर आता कोप होता. राग होता. त्या दोघींनाही जवळजवळ फरफटत, ओढत ते नव्या गोठ्याकडे घेऊन गेले.

हा गोठा बांधल्यापासून या गोठ्याकडे श्यामली चार-सहा वेळीसुद्धा आली नव्हती. ना म्हातारी. सुमेरने त्यांना या नव्या गोठ्यात येऊच दिलं नव्हतं. दोघींनाही तुम्ही आता काम करू नका, खूप काम केलंय आणि मीच नव्या गोठ्याचं पाहतो, असं इतक्या प्रेमाने आणि गोडीने सांगितलं होतं की, त्या दोघींनी तो प्रयत्नही केला नव्हता. सासूमाँच जरा सगळ्या गोष्टी जाणून घेणारी

असल्याने तिने त्याला पोत्याच्या छोट्या चळतीविषयी विचारलं होतं. कोंबड्या पाळण्याचा धंदा सुरू करावा म्हणून ती पोती ठेवलीत असं सुमेरने सांगितलं होतं. काही पोत्यांत खत-माती होती.''

समोरच्या बाजूला पोत्यात खत-माती भरून ठेवलेली होती.

तिथे आता सगळा पसाराच पसारा पडला होता. माती-खतांची पोती फोडलेली होती. सगळीकडे दुर्गंधी सुटली. त्या पसाऱ्यात प्लास्टिकच्या दोन-चार थैल्या होत्या.

रांगोळीसारखी पांढऱ्या रंगाची पावडर जमिनीवर सांडली होती.

माँ आणि श्यामली आ वासून सगळं पाहात होत्या. त्यांना काहीही कळत नव्हतं. पोलीस प्रश्न विचारून विचारून थकले. दोघी काही उत्तर न देता नुसत्याच रडत होत्या. श्यामलीच्या दंडात पकडणाऱ्यांची नखं घुसली होती. दंडावर हात ठेवून ती तोंडावर चुनरी घेऊन रडत होती.

दोघी बोलेनात तेव्हा साहेबलोक भडकले.

''मारा साल्यांना, म्हणजे तोंड उघडतील.'' ते ओरडले, ''हरामाचा पैसा पाहिजे. पाकिस्तानातून मादक औषधं आणतो मादरचोद. सगळ्या देशांत घाण पसरवली. तुला कळत नाही का थेरडे? तुझा लेक दुसऱ्याच्या घरातली पोरं ड्रग्जच्या अधीन करतो?'' साहेब बडबडत होता.

गाव सुमेरच्या सुजलेल्या श्रीमंतीचं रहस्य जाणून अवाक झाला होता.

कोणाला ड्रग्ज कळत नव्हतं, पण चरस, गांजा हे शब्द कळत होते.

तेवढ्यात पोलिसांची गाडी परतली. मारत, झोडत त्यांनी सुमेरला बाहेर खेचला. लोळागोळा झालेला सुमेर खाली मान घालून उभा होता. त्वेषाने सासूमाँ पुढे झाली आणि हतबल होऊन रडू लागली.

जमलेला गाव जवळ झाला. पोलिसांनी इतक्या वेळ थोपवून धरलेल्या, संतापलेल्या लोकांनी गोठ्यावर दगडफेक सुरू केली. दोन बत्त्या फुटल्या. अंधार झाला.

एकच धावपळ उडाली.

सुमेरच्या पायावर पाय ठेवून चार पोलिसांनी त्याला पकडून ठेवलं होतं. छोटी सासूमाँच्या गळ्यात हात टाकून रडत होती.

या गोंधळात कुणीतरी श्यामलीला ओढलं. तिच्या घराचा दरवाजा लाथेने उघडून तिला आत ढकलली. दरवाजाची कडी लागल्याचा आवाज होताच श्यामली किंचाळली.

आता चुलीतल्या लाकडाचा विस्तवाचा काय तो उजेड होता.

एका झटक्यात त्या माणसाने तिला आडवं केलं. पाठीखालची तिने सारवलेली

जमीन खोदून काढल्याचं तिला जाणवलं.

ती हातपाय झाडू लागली.

त्याने डावा हात तिच्या ओरडणाऱ्या तोंडावर दाबला. मोकळ्या पाठीकडून चोळी फाडून काढली.

घागऱ्याच्या काचा तिच्या मांडीत घुसल्या. एक जण.

दोघं जण.

तिघं.

तिच्या डोळ्यांपुढे अंधार पसरला.

ती रक्तहीन निपचित पडली.

बाहेर तिच्या नवऱ्याने सीमेपलीकडून चोरून आणलेली ड्रग्ज आणि पैशांचा शोध चालू होता. त्याची कातडी सोलली जात होती. त्याला मदत करणाऱ्यांची नावं विचारली जात होती. त्याची म्हातारी आई, लेकाच्या उद्योगाने मी कशी खुळावले याचा अचंबा करीत त्याच्या विस्कटलेल्या संसाराचा शोक करीत होती.

आत त्याची अज्ञानी बायको बलात्काराचं भक्ष्य होत होती.

दोघी अनभिज्ञ, अज्ञानी.

हातातल्या पॅडवर पोलीस गंभीरपणे नोंद करीत होते. आरोपी नंबर एक सुमेरसिंह.

आरोपी नंबर दोन श्यामलीबाई भ्र. सुमेरसिंह.

आरोपी नंबर तीन भ्रामरीबाई भ्र. रघुवीरसिंह.

चुलीतल्या विस्तवाजवळ चांदीचे तुटलेलं बोर पडलेलं होतं.

■

चक्रव्यूह

सगळं लुटून गेल्यासारखं झालंय मला. एकदम मोकळं मोकळं. जवळच्या माणसाच्या मृत्यूनंतर वाटतं तसं. हातापायातलं त्राण गेलंय आणि अतीव थकवा आल्याचं जाणवतंय. वयाच्या पन्नाशीलाच एवढं एकटेपण आणि पोकळी आलीय की शंभरी ओलांडल्यासारखं वाटतंय. एकीकडे वाटतंय आपण वयानं मोठे झालोत. म्हणजे वयानं आणि अनुभवानं– पण खरी मोठी झालेय ती फक्त वयानं. वर्षांमागून वर्षं गेलेली. फक्त वयं वाढवत गेलेली. शरीर आणि मन थकवत गेलेली.

पण अनुभवानं मोठी झालेय असं वाटतच नाही. पुन्हा असे अनुभव येतात, ज्यामुळे दचकायला होतं. घडल्या गोष्टीचा अंदाज आणि आराखड्याप्रमाणं प्रतिक्रिया आली तर अनुभवी म्हणवून घ्यायला हरकत नाही. कारण सगळा भागच तर्कसंगत असतो. निदान मला तरी तसं वाटतं. पण अजूनही माझे अंदाज चुकतात. चुकायला हरकत नाही; पण त्या गोष्टी इतक्या धक्कादायक असतात की वाटतं आपलं मडकं अजून कच्चं आहे. वाटतं, हे कसलं जाणून घेणं?

वळवाच्या पावसाचा अनुभव पावसास थोडाच होतो? निरागस वयातले अनुभव मजेशीर असतात. त्या वयात किती तरी गोष्टी जाणीवपूर्वक केलेल्याच नसतात आणि आता मात्र अनुभव हा शब्द त्या गोष्टीसाठी किती सहज वापरला जातो.

आणि मग मन सारखं मागे ओढ घेतं. चालता-चालता रंगीत काचेचा तुकडा हाती लागावा आणि त्यातून लहान मुलासारखं एका डोळ्याने सगळीकडे पाहण्याचा छंद लागावा तसं होतं. मागच्या आठवणी त्या रंगीत काचेतून किती मनोहारी वाटतात!

आणि जाणवतं की आपल्या मनाजवळ कितीतरी माणसांनी त्यांचे डेरेच ठोकले आहेत. मनातल्या मनात या सगळ्यांशी मी संवाद साधते. त्यांच्याशी बोलते. आतासारख्या अगतिक वेळांना तर हे एकतर्फी बोलणं फार होतं! आता

आठवतेय राणी. शाळेतली माझी सगळ्यात जवळची मैत्रीण!

किती तरी वेळेस तुला पत्र लिहिण्याची इच्छा होऊनही गेल्या कित्येक वर्षांत मी ते केलं नाही. त्याला संसाराबरोबरच इतरही अनेक कारणं आहेत.

राणी, तुझ्या-माझ्यातल्या किती आठवणी आहेत. पण मध्येच कुठलीतरी आठवण सुळकन पाण्यातल्या माशासारखी मनाच्या पृष्ठभागावर येते.

तुला आठवतं? तू-मी आणि वर्गातल्या चार-पाच जणी शाळेशेजारच्या बंगल्यात गेल्याचं? म्हणजे तू आणि त्या आपल्या मैत्रिणी चिंचा, बोरं, आवळे दिसले की गमतीशीर किंचाळायच्या. सारखं खिशातून काढून चिंचेची बोटकं कुरतडायच्या आणि स्स्-स्स् आवाज काढायच्या. त्या चिंचांसाठी बंगल्यात जायची धडपड!

आज माझ्या डोळ्यांपुढे एकच चित्र आहे. उंच दगडी भिंतीच्या आत भली मोठी बाग. पायाखाली हिरवंगार मऊ गवत. मोकळ्या मैदानात चिंचेचं ते झाड. शाळेच्या युनिफॉर्ममधल्या वाकलेल्या, चिंचा शोधणाऱ्या तुम्ही पोरी. गळ्यात आलेल्या वेण्या आणि कानावरची रिबनची फुलं. त्याही वेळी मी अशीच वेंधळ्यासारखी उभी असणार. जेव्हा तू म्हणालीस,

"मनू, अगं वेच ना चिंचा."

बहुधा मी नकारार्थी मान हलवली असावी. कारण माझ्या तळव्यावर तू हिरवाचुटूक चिंचेचा छोटा आकडा ठेवला. अगदी कोवळा. धड आंबटपणाही नसलेला. मी मात्र वेगळंच चित्र पाहत होते. कामाला जुंपल्यासारख्या अर्ध्याकच्च्या पोरी. वाकून अर्ध्याकच्च्याही नसलेल्या चिंचा सापडवताहेत. मोठं चिंचेचं झाड, अजून कुठे कुठे लालसर चिगुर असलेलं. खाली ओलसर दमट जमीन आणि त्याच्यावर शिंतोडे उडाल्यासारखी लाल, वाळकी पानं, काड्या, समोर कंपाऊंड वॉल आणि गंजलेलं जाळीचं दार!

तुला लिहावंसं वाटतयं म्हणून लिहितेय. का म्हणून विचारू नकोस. आपण आधीच लिहायला पाहिजे होतं असं माझ्या मनात येतंय. पण जमलं नाही. जमवलं नाही कधीच.

कधी तरी संध्याकाळी एकटी असले की विचार यायचे. म्हणजे येतातच असे विचार.

आपण आठवीत होतो तेव्हा आपल्याला साळेकरबाई होत्या. त्यांनी आपल्या दोघींना सांगितलं की ग्रंथालयाचं काम पाहा. ग्रंथालय म्हणजे विठूगड्यानं आणलेली चकचकीत ॲल्युमिनियमची पेटी. त्याचबरोबरची नीट आखलेली वही आणि आत भरपूर पुस्तकं.

वेडीच झाले होते मी. घरात वाचन होते. तशी मी म्हणजे पुस्तकातला किडाच होते. पण अभ्यास नाहीच. (इतरच फार) आणि साळेकरबाई म्हणायच्या–

"मानसी, वाचायला आवडतं ना? आता खूप वाच आणि इंग्रजी वाच. पुरे झाले गं फडके."

बस्स, मला तेवढंच पाहिजे होतं. पेटी तर मी यूं सांभाळली. मग विठूला विश्वासात घेऊन दे धडाधड वाचायलाच लागले. वाटलं, अरेच्या ही तर अगदी आपली जवळची गोष्ट आहे.

तुम्ही कपडे, बांगड्या वगैरे बोलायच्या तेव्हा मी मनात कुठे तरी ससेक्स, उलवरहॅन्टन, लंडनमध्ये असायची. तुम्ही डोक्यात गजरे माळायच्या तेव्हा कुठला तरी राजबिंडा मुलगा माझ्या हातात ट्युलिप्स, डेझीची फुलं देत असायचा. तुम्ही सायकलीवर चक्कर मारायची म्हणायच्या, तेव्हा झोळदार गाऊन घातलेली आणि लेसची सुंदर टोपी सावरणारी तरुण, सुंदर मुलगी मला दिसायची. मंदिरात तुमच्याबरोबर उभं असताना माझ्या मनात चर्चच्या घंटा ऐकू यायच्या.

कुठेतरी खोल मला माहिती झालं होतं की, मी वेगळी आहे. तुमच्यासारखीच असले तरी मनात मी वेगळी आहे. मला कादंबऱ्यांतली पात्रं खरी वाटायची. ते डिकन्सचं असो की जेन ऑस्टिनचं. त्या वातावरणाची मोहिनी वाटायची. तशात एक पुस्तक पडलं हातात.

त्याची नायिका अगदी मीच. माझ्याचसारखी मुलगी.

ते स्वतंत्र आणि स्वैर लिखाण मला भावलं हे खरं होतं.

त्यात आपल्या शाळेत परदेशात जाऊन आलेल्या दोघांचा सत्कार ठेवला. जिवाचा कान करून ऐकली मी ती भाषणं!

घरात व्रत करणारी आई, देवांपाशी दुर्वा खुडणारी आजी, बेल मोजणारे आजोबा, इतरांना अजिबात न बोलू देणारे बाबा – हे माझ्या स्वप्नाच्या मार्गातले अडथळे होते. माझे होते तरीही मला त्यांचा राग यायचा. वडिलांनी गावाला निघताना हुंदके देऊन निरोप देण्यापेक्षा स्पर्शानं द्यावा – किती तरी गोष्टी आता स्वप्नासारख्या वाटल्या तरी तेव्हा अगदी खऱ्या वाटलेल्या होत्या.

वाटायचं, कसलं आयुष्य जगतो आपण आणि ही आजूबाजूची माणसं? असं जगायचं नाहीच आपण.

पण मग कसं जगायचं?

या प्रश्नाचं उत्तर माझ्याकडे अर्थातच नव्हतं. त्या पुस्तकात सापडलेली मुलगी माझ्यासारखीच होती. हळवी, संवेदनक्षम, आयुष्याकडून खूप अपेक्षा असलेली. बहुधा सतराव्या-अठराव्या शतकातली असेल, पण तिच्या काळाशी मला घेणंदेणं नव्हतं.

आता वाटतं वय होतं, वाचनाचा झपाटा होता. बहुधा स्वप्नांचं खुळं जग होतं. सगळ्यांनाच ते असतंच, तरी आपलं तेवढं आणि खर वाटतं, ही गंमत.

मॅट्रिकला आपण आलो त्या वेळी पुस्तक काहीसं समजत होतं आणि समजत नव्हतंही. निदान समजत नव्हतंच, असं आता वाटतं.

मी चिकारच बदलून टाकलं होतं स्वत:ला. आईच्या विरोधाला न जुमानता केस कापले होते. वेशभूषा पुष्कळच विदेशी ठेवली होती. माझ्या मैत्रिणी आपोआपच वेगळ्या झाल्या. चारचौघीत काय, चाळीस जणींत मी वेगळी दिसते याचा मला अभिमान होता. तुम्ही रिबिनी लावून केस बांधून टाकायच्या, तेव्हा मोकळ्या केसातून जाणारा वारा मला भावायचा.

मैत्रिणींत मग अनुराधा आली आणि बॅनिटा, आम्ही तिला बेनी म्हणायचो. आमचं त्रिकूट उत्तम जमलं. बेनीच्या घरी गेल्यावर वातावरणातला फरक जाणवायचा. तिच्या भावाशी आम्ही मोकळं बोलायचो. त्याचे मित्र असायचे. ते सगळे एन.डी.ए.ला होते. मिलिटरीत जाण्याच्या तयारीत होते. सभ्य होते आणि हुशारही.

आमची मैत्री हे गुपित नव्हतं.

पण एके दिवशी घरी आई अचानक भयंकर चिडली. तिला आमच्या सगळ्यांचा विस्तृत पण चुकीचा वृत्तांत दिला होता. त्या बदल्यात भरपूर निर्भर्त्सना, थोडा मार आणि रात्रीच्या जेवणाला फाटा मिळाला होता. मार किंवा उपाशी ठेवण्याची शिक्षा यापेक्षा आपल्याला घरातले समजून घेत नाहीयेत यानंच मी जास्त चिडले. असा काय गुन्हा आपण केलाय? हा प्रश्न आणि आपली चूक नाहीच ही खात्री, अशा अवस्थेत मी अनु आणि बेनीला हे सांगितलं.

आम्ही जवळजवळ हे ठरवलं की या दबावतंत्राला बळी पडायचं नाही. त्या वेळी तू मला म्हणाली होतीस–

"मनू, तुझ्याविषयी गोष्टी ऐकायला यायला लागल्यात बरं का. तू काय मुलांबरोबर फिरतीयेस म्हणे. खरं का गं?"

तेव्हा मला वाटलं की तू म्हणजे आजीबाईच आहेस आणि वर्गात मुद्दाम मला तुझ्याबरोबर चिकटवताहेत. काय भनकले होते मी.

पुढे आमच्या ग्रुपमधल्या अमरची एन.डी.ए.तर्फे निवड झाली.

अमर.

संबंध असलेला आणि नसलेला– माझ्या आयुष्यातला एक चॅप्टर!

वास्तविक तो गंभीर स्वभावाचा. थोडासा शामळू म्हटलं तरी चाललं असतं. कमी बोलायचा. सारखा अभ्यास करायचा. खरं तर बेनीकडेच तो कसा यायचा काय की! इतरांमध्मे थोडा बेंगरूळ वाटायचा. गप्पा चालल्या तर

हसायचा, नाहीतर टुकूटुकू बघायचा. आम्ही कधी तरी त्याला शेंड्या लावायचो.

त्याला डेहराडूनला ट्रेनिंग होतं. कदाचित तीन-एक वर्षं भेटला नसता. मुलांनी वेगळी पार्टी केल्यावर बेनीनं निषेध जाहीर केला, तेव्हा अमरने तिच्या घरी पार्टी द्यायचं कबूल केलं होतं. पण आयत्या वेळी अनु काही तरी कारण सांगून आली नाही. आम्ही दोघीच होतो. खाणं-चहा संपल्यावर तो निघाला, तसा बेनीने त्याच्या गळ्यात हात टाकून गालाचा मुका घेतला. 'गुडबाय' म्हणाली. अनेक वेळा वाचलेलं आणि कधी तरी सिनेमात पाहिलेलं हे दृश्य मला नवखं होतं आणि आकर्षित करणारं. वळून पाहताना आता वाटतं की, तो माझ्या संस्कृतीचा भाग नसला तरी माझ्या मानसिक संस्कृतीचा भाग होता. अलगद काही तरी तरंगत वर आल्यासारखं मला झालं. त्याने माझ्याकडे पाहिलं. मीही पुढे होऊन धीटपणे त्याच्या गालावर ओठ टेकवले. गळ्यात हात घालणं शक्यच नव्हतं. त्याच्या चेहऱ्यावर क्षणभरच आश्चर्य उमटलं. मी मात्र परकाया प्रवेश करावा तितकी आनंदी होते. आपणही धाडस करून गेलोय याचा आणि मनातल्या पाश्चात्त्य संस्कृतीच्या वाटचालीचं ते पहिलं पाऊल होतं. त्याचा चेहरा लाल झाला होता. त्यानं माझ्याकडं पाहिलं नाही. माझ्यापुरतं मी बदलत चाललेय हा पुरावा मानला मी. उच्चभ्रू खानदानी चालीरीती आपण आत्मसात केल्याच्या समाधानात मी मनात स्वच्छंदी झाले. कोशातून बाहेर पडल्यासारखी आणि विशेष म्हणजे यात अमरच्या बाजूने अंशतःही संबंध नव्हता.

तो आमच्या कंपूत होता. त्याच्याविषयी मला कसलंही आकर्षण नव्हतं. आता वाटतं, तो माझ्या संस्कृती बदलाच्या कृतीचा एक प्रायोगिक भाग होता. तो प्रयोगाचा नमुना होता.

राणी, हे सांगायचं कारण – मी तुला हे सगळं तेव्हा सांगितलं असतं तर तू विश्वास ठेवला नसता. त्या वेळी मला समजून घेईल असं कोणी नव्हतं. वास्तविक सुंदर म्हणावी अशी मी नव्हते. सावळा रंग, मध्यम उंची, कुरळे केस, छोटं कपाळ आणि बऱ्यापैकी म्हणता येईल असं नाक. नाही म्हणायला माझे डोळे छान होते. बुद्धीची चमक दाखवणारे – असं आपल्या संस्कृतच्या बाई म्हणायच्या इतकंच!

तरी माझ्या वागण्याने बेनीही अमरइतकीच चकित झाली असावी. ज्याने त्याने आपल्या चाकोरीतून वाहावं– प्रवाह बदलाचा प्रयोग तिलाही नवा होता.

आमच्या मातुश्रींनी तिलाच पकडून विचारलं आणि शिकवलेल्या पोपटापेक्षाही जास्त सफाईने तिने आईला सगळी माहिती पुरवली. स्वतः काय केलं वेगळं? पण तिच्या संस्कृतीत ते बसलं. कारण ती तिथेच जन्माला आली म्हणून! वास्तविक आमच्या दोघीत फरक काय होता? आईला तिचं कृत्य मान्य होतं.

माझं नव्हतं. कारण मी वेगळ्या जातीत, वेगळ्या धर्मात, वेगळ्या वातावरणात, वेगळ्या समाजातली होते. आचारधर्माशी बांधील होते. मी ते स्वीकारलंय की नाही याचा प्रश्न नव्हता. जन्मात:च ती बांधीलकी लादलेली होती आणि हे मला मान्य नसल्याची माझी पक्की धारणा होती. आपल्याला पाहिजे तसे वागण्यातले बदल करण्याचा आपल्याला हक्क असणारच, हीच माझी समजूत होती.

यात मी कोणालाही धक्का पोहोचवत नव्हते. कोणाच्या अस्मितेला धक्का लावीत नव्हते. अर्थात हा माझा भ्रम होता.

मी सुस्त अजगरासारख्या समाजाला धक्का लावीत होते, हे या उसळलेल्या डोंबामुळे मला कळलं. माझा गुन्हा बहुधा अक्षम्य होता.

अर्थातच आजही ते मला मान्य नाही. तेव्हा तर नव्हतंच. म्हणून मी चिडले होते आणि भोवताली युद्धसदृश परिस्थिती होती. माझं छोटं घर भूकंप झाल्यासारखं हादरलं होतं.

याला कारण अमर होता.

त्याला मी या प्रकारात केवळ एक भाग म्हणून पाहिलं होतं. त्याच्या हाडामांसाच्या देहाचा, मनाचा, पार्श्वभूमीचा, बुद्धीचा कशाचाच विचार केला नव्हता. मैत्रीची एक पातळी ठरवून माझ्यासारख्याच विचारांचा त्याला ठरवून टाकण्याची माझी चूक होती. तो खासच प्रस्थापित समाजाचा घटक होता. त्यामुळे अशा पद्धतीच्या निरोपानं तो हादरून गेला होता.

अर्थात मला हे सगळं नंतरच कळलं.

तेव्हा तर मी कोलमडूनच गेले होते. अशा वेळी मुलीला घरात ठेवून घेणं, रक्षकाबरोबर बाहेर पाठवणं, कशीबशी डिग्री घेऊ देणं – आणि 'अंतिम सत्य' आणि 'अंतिम ध्येय' म्हणून ठरवलेलं लग्न लावून देणं – सगळं अगदी अस्संच माझ्या बाबतीत झालं.

अर्थात सगळ्यांच्या दृष्टीने हे अगदी साहजिक होतं. नैसर्गिक होतं – नॉर्मल होतं.

मी मात्र केवढी तरी अनुभवी झाले होते!

माझ्या न केलेल्या प्रेमाची आणि निरोपाच्या चुंबनाची आवर्तनं इतकी भयानक होती की समुद्रातली वादळं चक्रावून जावीत. तू मला विचारलं होतंस. तुला आठवतही असेल – तू म्हणाली होतीस,

"मनू, मी ऐकलंय ते खरंय? तू आणि अमर म्हणे पळून गेला होतात? माझ्या घरचे तर तुला भेटू नको म्हणतात. सुधानं सांगितलं, एक रात्री तुम्ही हॉटेलात राहिलात? नवरा-बायको म्हणून?"

मी थक्क होते. काय सांगणार तुला? तू कशी सहज बोलत होतीस. नदीचं

नैसर्गिक वळण असावं तशी. पुढं तू म्हणाली होतीस, परवा डॉक्टरीणबाईंकडे कशाला गेली होतीस? त्या विचारण्यात अनैसर्गिक भोळेपण होतं.

हद्द झाली! मला भयंकर राग आला होता. एकाच शेवटावर टेकलेल्या अनेक कथा ऐकल्यासारखं – तुला हे वाटलंच होतं की मैत्री, मग प्रेम, मग दोन जीव एकत्र, मग त्याची नैसर्गिक परिणती.

घृणा आली होती मला.

खरं तर तूही वेगळी होतीस, समंजस होतीस! घटना, नातेसंबंध, लोकांची मनोरचना तुला चांगली उलगडत होती आणि तरीसुद्धा तू मला धास्तावल्यासारखी हे वेडे प्रश्न विचारीत होतीस आणि मी निर्बुद्धासारखी कोरड्या डोळ्यांनी तुझ्याकडे आश्चर्याने बघत होते.

आणि आज तुलाच हे पत्र मी का लिहितेय? माहिती नाही. मागचा खुलासा का केला हेही कळत नाही. तुझी आठवण आलीये, ती माझ्या लेकीमुळे!

आता सगळं निश्चिंतपणे चाललंय असं वाटत असताना ती एका प्रश्नासारखी पुढे आलीये.

मला स्वतंत्र (लोकांच्या मते स्वच्छंद) आयुष्याचा मोह होता. जे आपल्या बाबतीत झालं ते लेकीत टाळायचं मी ठरवलं होतं. आखून दिलेल्या संकुचित परिघात मी माझी मतं बोलत होते. लेकीत ठसवीत होते, तोच तिनं झटकाच दिला. इतका जबरदस्त की आपण म्हातारे, मागल्या पिढीतले – हेच मला उमजलं. मृण्यमी. तिला मी 'ममू' म्हणते. माझ्या तालमीत वाढलेली, स्वतंत्र वृत्तीची, सुंदर, निकोप, एरवी मला जाम कौतुक आहे तिचं! ती माझ्या पुढ्यात एका मुलाबरोबर उभी राहिली.

मी दचकलेच!

"हा रतन. मित्र आहे माझा. हा बुद्धिवादी वगैरे नाहीय. कॉमर्स केलंस ना रे तू?" ती त्याच्याकडे पाहात म्हणाली. त्यानेही निमूट मान हलवली. चांगला गोरागोमटा होता.

"याला जात विचारायची नाही. तो इथंच राहील आपल्याकडे. रतन, ही माझी आई."

बस्स? इतकंच?

"आम्ही बरोबर राहायचं ठरवलंय. असं तोंड काय पाडते आहेस? आमची सगळीच मित्रमंडळी हे करणार आहेत. त्याची माझी मतं जुळतात. शरीरं जुळतात का हे पाहणार!"

"ममू–" मी बहुतेक ओरडले.

"लग्न करू नंतर– मग काय हरकत आहे?"

रतन हसला.

मला सगळी लक्षणं वाईट वाटली.

हा मित्र, एकत्र राहणं, मतं जुळणं वगैरे, सगळे घटक योग्य रीतीत बसत नव्हते. मी चिडून उठले. वास्तविक या घोडीला मी स्वातंत्र्य दिलं. इतर आयांसारखी – 'अदबीनं राहा, मोठ्यांदा हसू नकोस, खाली मान घालून चाल किंवा संध्याकाळी सहाच्या आत घरात पाहिजेस' अशा पारंपरिक अटीत तिला बांधली नाही. उलट मुलगा-मुलगी भेद मानला नाही. स्वातंत्र्य दिलं. विचारस्वातंत्र्य, आचारस्वातंत्र्य. तर या सगळ्या स्वातंत्र्यात मी अजिबात विचार न केलेल्या लैंगिक स्वातंत्र्याचा विचार घेऊनच ममू पुढ्यात आली.

मी चक्रावलेय. तिच्या अशा करण्याचे परिणाम डोळ्यांपुढे दिसायला सुरुवात झालीये. सासूसासरे, मोठ्या-धाकट्या नणंदा, मामा, भाचे, ओळखीचे आप्त – सगळ्यांचे चेहरे माझ्यापुढं गोल फिरताहेतं. खोचक, टोचक, भोचक आणि बोचक किती किती बोलणी वाट्याला येणार आहेत राम जाणे!

आणि ममूचे वडील?

तिला मारतील? घराबाहेर काढतील?

आणि ही पोरगी राहणार म्हणजे कुठे? इथेच की काय?

संताप आणि असहायतेनं मी घेरली गेले.

"मा–" तेवढ्यात मृण्ययी खाली आली.

मी रागाने डोळे वटारले.

"ही काय थेरं आहेत?"

"रतन आपल्याकडे राहील. त्याच्या आईवडिलांचा विरोध आहे आमच्या एकत्र राहाण्याला. पण मी सांगितलं रतनला की माझे आईवडील अगदी चांगले आहेत. घरी मोकळं, स्वतंत्र वातावरण आहे."

"छान दिवे लावलेत." मी संतापून ओरडले. "त्याच्या आई-बापाचा विरोध आहे म्हणून इथे कडमडलात? कशाचं एकत्र राहणं गं गधडे? एकत्र राहाणं म्हणजे काय हे कळतं का? आणि याचं शिक्षण चालू आहे. खर्च कोण करणार? की स्वतंत्र विचारांवर जगायचं ठरवलंय?"

मी बरीच बोलले. काय ते मला नीटसं आठवतही नाही.

जबरदस्त शॉक बसल्याने डोकं भणाणल्यासारखं झालं, रतनही जिन्यात आल्याचं कळलं नाही. पण तेही पोरगं बिलंदर, नुसताच घुमा उभा. त्याला काही कळतंय किंवा नाही हेही मला कळेना.

नंतर तो मुलगा वरच्या मजल्यावर आणि खाली आमची जोरदार चर्चा. म्हणजे भांडण स्वरूप. ममूला मी योग्य शिक्षण दिलं नाही, तिच्यावर संस्कार

केले नाही म्हणून नवऱ्याकडून बोलणी खाणं सुरू.

त्या दोघांचंही अर्धकच्चं वय, अर्धीकच्ची अक्कल, अर्धामुर्धा अनुभव यामुळे मी फारच वैतागले. वैतागले खरी यामुळे की ममूच्या डोक्यात मी यातला कुठलाही विचार टाकू शकले नाही. आई-वडिलांशिवाय संस्कार करण्यासाठी आता इतक्या इतर गोष्टी आहेत की, या वैश्विकीकरणातून काही साध्य होईल का असंही वाटतं. एकाच वेळी पुढेही जायचं आणि परंपराही धरून ठेवायची.

काही न कळून आम्ही दोघांनीही याला विरोध करायचं ठरवलं. माझ्या नवऱ्याने तर सरळ 'घराबाहेर हो' हे सुनावलं.

आणि हाईट म्हणजे माझी पोरगी खरचंच घराबाहेर पडली.

म्हणजे मृण्यमी एकाच वेळी त्या मुलाच्या शिक्षणासाठी नोकरी करणार, संसार करणार, स्वतःचं शिक्षणही करणार.

त्याची आई होणार आणि बायकोही. ती काय करतेय याचं तिला भानही नाही. या वयात ते देता येणार नाही.

त्याहीपेक्षा कुठे तोंड काढायला जागा नाही. ती आता सरळच बाहेर गेली होती. मुलीनं तोंडात शेण घातल्याचं मला अनेक बाजूनं सांगितलं जात होतं. अशी अवगुणी मुलगी नसती झाली तर बरं हेही सांगितलं जातच होतं.

जीव थाऱ्यावर नव्हता. कुणाच्या घरी जाणं बंद झालं होतं. नातेवाइकांनी सुरुवातीला आमच्या भूलथापा मान्य केल्यावर आतून बातमी काढलीच होती. लग्नकार्यास जायचं आम्ही थांबवलं. कारण माहिती असूनही आडआडून प्रश्न येतच होते.

परवा शेजारच्या फ्लॅटमधली प्राची भेटली. तिला ममू दिसली होती म्हणाली. खूप रोड झालीये. डोळ्यांभोवती काळं आलंय म्हणाली. 'तुम्ही तिचं लग्न करून टाका ना आंटी. तुम्ही तर खूप प्रोग्रेसिव्ह आहात' असंही म्हणाली. सोबत रतन नव्हता म्हणे. मी धास्तावून गेलेय. पण बोलायची सोय नाही.

राणी, मी अगदी कोंडून गेलेय. कुणाशी बोलू या गोष्टी? कुणाला सांगता येतं गं? एखाद्याच्या गळ्यात पडून जीव मोकळून रडावं असं वाटतं. तशी जागाही नाही. विचारानं डोकं चक्रावतं. समाजरचना, नियम यांचा थांग लागत नाही. पुन्हा एकदा तसंच का घडावं? ही समाजरचनेचा भेद करण्याची ऊर्मी माझ्याच पोरीला का यावी? ममूला हे वाटतच होतं तर तिचा जन्म इथं का व्हावा? या परंपरेत जखडलेल्या समाजात कशाला व्हायला पाहिजे होता? आता हे दोघींच्या वाट्याला आलेलं दुःख! माझ्या मते तर ममूचं आयुष्य संपल्यातच जमा आहे. कथा-कादंबऱ्यांमधला एखादा उदारमतवादी माणूस तिला भेटला तर बरं.

लिहिता-लिहिता मानसी थांबली.

टेबलावर डोकं ठेवून रडायला लागली.

मोकळं लिहिणं किती अवघड आहे. असं अर्धवट आपण काय लिहून ठेवलंय?

डोळे पुसून ती उदास बसून राहिली.

समोरच्या दिवाणवर मृण्यमी झोपली होती.

हातापायाच्या काड्या आणि टरारलेली छोटी ओटी.

रतन कुठे नाहीसा झाला होता. महिनाभर त्याची वाट पाहून ती घरी आली होती.

वडिलांनी बाहेरची वाटच दाखवली होती, पण मानसी कळवळली होती.

मूर्ख आहे ती. गाढव आहे. पण बाहेर काढू नका आता. बाहेर कोल्ह्याकुत्र्यांची कमी नाही.

समजूतदार नवरा मुकाट झाला होता. शून्य मनानं त्याच्याकडे पाहात तिने लिहिलेली पानं उचलली आणि फाडायला सुरुवात केली. तिला वाटलं 'संपूर्ण सत्य पचवायला अवघड असतं. जवळजवळ असत्य वाटावं असं असतं, हेच खरं!'

"ममू, ऊठ." मानसी म्हणाली, "चल, बाबा परस्परच दवाखान्यात येताहेत." अजून कच्चा गर्भ आहे. तो झटकन मोकळं करता येईल असं डॉक्टर म्हणालेत. झालं-गेलं विसर. माझ्या छताखाली तुला काळजी करायचं कारण नाही."

मृण्यमीने मुकाट मान हलवली.

त्या बाहेर आल्या. रस्त्यावर आल्या.

आजूबाजूने लोक जात-येत होते. बोलत-चालत होते.

"सुस्त!" मानसीला वाटलं, "उघड्या डोळ्यांची झोपलेली माणसं! चार पावलं पुढे जाणारा विचार आणि आठ पावलं मागं जाणारा आचार."

तिने मृण्यमीच्या पोटाकडे पाहिलं. तिला वाटलं इथे चक्रव्यूहात शिरणाऱ्या अभिमन्यूंना कमी नाही. छेदून विजयी होणाऱ्या अभिमन्यूची वाट पाहावी लागतेच.

■

बाजी

माझे वडील नेहमी म्हणायचे की बदली होणारा नवरा कर, म्हणजे बारा गावचं पाणी आपोआप पिऊन होतं आणि सगळ्या प्रकारचे अनुभव गाठीला येतात.

त्यांच्या म्हणण्यावर मी फारसा विचार केला नव्हता. पण आनंदशी लग्न केल्यावर त्याच्या फॅक्टरीच्या नोकरीपुढे खरोखरच बऱ्याच गावांचं पाणी पिण्याचा योग मला येत होता.

मी मुळात दाक्षिणात्यच म्हणायची. कारण महाराष्ट्रातले माझे खापरपणजोबा दावणगिरीला गेले. नंतर तिकडेच स्थिरावले. गेली ४०-५० वर्षे आम्ही तिकडेच होतो. आनंदही माझ्या हेल काढून बोलण्याची टर उडवायचा. पण माझं स्वत:चं मराठी ठीक होतं. आई अस्सल पुणेरी असल्याने ते साधलं.

तर बंगलोरच्या मुक्कामानंतर आमची उचलबांगडी झाली ती थेट नाशिकला. नव्या फॅक्टरीच्या उभारणीची सर्वेसर्वा जबाबदारी आनंदवर आली. तोही नाही म्हणाला नाही. त्या वेळी मी सेंट मेरीजला प्राध्यापिका म्हणून काम करीत होते. दरकोस दरमजल करीत आमची बिऱ्हाडं हलत असली तरी माझी ज्ञानसाधना थांबली नाही. मी मायक्रोबायलॉजी घेऊन एम.एस्सी. झाल्यावर पीएच.डी. केलं होते आणि गेली नऊ-दहा वर्षे कॉलेजात नोकरी सुरूच होती. या दरम्यान मला रशियन स्कॉलरशिप मिळाली होती. मी वर्षभर तिथे राहून आले होते.

कोणाला नसलं तरी बाबांना माझं कौतुक होतं. सगळ्यांजवळ ते माझी स्तुती करायचे. एका जागेवर राहती तर कुठल्या कुठे पोहोचली असती म्हणायचे. अर्थात आनंदही ते मान्य करी. मुलं लहान असतानापासून घर सांभाळून मी सगळं करीत होते याची त्याला जाणीव होती.

आमची बदली नाशिकला झाल्याने बाबांना आनंद झाला. नाशिक त्यांचं आजोळ. त्यांच्या आईचं माहेर. अजूनही काही मामेभाऊ, मावसभाऊ आणि त्यांचे लहानपणीचे दोस्त तिथे होते. दास्ताने त्यांपैकीच एक जानी दोस्त. बाबांनी

त्यांना पत्र लिहून माझ्याविषयी कळवलं. आश्चर्य म्हणजे त्यांचाही तितक्याच उत्साहाने फोन आला. माझ्याबरोबर बाबांना त्यांनी अतिशय आग्रहाने बोलावलं.

सामान लावण्याबरोबरच रोज कुणा ना कुणाला भेटणंही सुरू झालं. नव्या जागेचं थोडंसं दडपण असतंच. पण बाबांमुळे हे गाव खूप लवकर आपलंसं झालं. दास्तानेकाका तर दररोज एक चक्कर टाकतच होते. त्यांनी आम्हाला जेवायला बोलावलं होतं. त्या वेळी सविस्तर गप्पा झाल्या.

बाबांच्या वयाचे असले तरी काका तुडतुडीत होते. जितक्या भरभर ते हालचाली करायचे तितक्याच वेगात विचार करण्याची त्यांची सवय असावी. आम्ही आल्यापासून त्यांनी बाबांना, त्यांच्या काळापासून बदलत गेलेल्या गावाची माहिती दिली होती आणि बाबांनी मध्ये-मध्ये प्रश्न विचारत ती चवीने ऐकली होती. काका स्वत: फिजिक्सचे प्राध्यापक होते. निवृत्तीनंतर त्यांनी व काही मित्रांनी मिळून एक कॉलेज सुरू केलं होतं. सध्या कॉलेज कार्यकारिणीचे ते सक्रिय संस्थापक सदस्य होते. कॉलेजने चांगलं मूळ धरल्यामुळे त्याच्या वाढीचे प्रयत्न चालू होते.

ही माहिती ऐकल्यावर माझ्यातली नोकरी करण्यास इच्छुक स्त्री जागी झाली. वेळ न गमावता मी नोकरीविषयी विचारलंहा! बाबा अर्थातच या संभाव्यतेमुळे आनंदले. ते हक्काने काकांना म्हणाले,

''रश्मी मोकळीच आहे सध्या. मुलगा होस्टेलला आहे. मागे तसा पाश नाही. तिला तुझ्या संस्थेत घेऊन टाक. काही उद्योग तरी करेल.''

बोलण्याच्या ओघात आम्ही दोघांनीही नोकरीचा धागा सोडला नाही. परत निघताना 'माझ्या संस्थेत नाही तरी इतरत्र पाहता येईल' असं आश्वासन काकांकडून घेऊनच बाबा बंगलोरला परतले.

घर लागणं, आनंदच्या सहकाऱ्यांच्या ओळखी वगैरे प्रकार चालू असतानाच एके दिवशी 'येऊन भेट' असा काकांचा निरोप आला आणि मानकुंवर मिठावाला कॉलेजला मी रुजू झाले.

वास्तविक माझे कॉलेजबाबत ठोकताळे असायचे. अनुभवाचा परिणाम! तसेच स्वत:साठीचे कामाबाबत नियमही ठरलेले होते. त्यानुसार कामाच्या आधी पंधरा ते वीस मिनिटं मी कॉलेजवर पोहोचायची आणि तास संपल्यावर दहा-पंधरा मिनिटं थांबून परतायची. ठरल्याप्रमाणे दास्तानेकाका पहिल्या दिवशी माझ्याबरोबर आले होते आणि प्राचार्यांशी ओळख करून दिली होती.

आम्ही गेलो तेव्हा प्राचार्य खुर्चीत बसलेले होते. ते सावळे, तेलकट चेहऱ्याचे, कमी उंची असलेले गृहस्थ होते. दास्तानेकाकांना पाहाताच त्यांनी

उठल्यासारखं केलं. नम्रपणे 'या, या' असे तोंडभरून म्हणत खुर्चीकडे निर्देश केला. 'आपणही बसा' म्हणत मलाही खुर्चीवर बसायची खूण केली. काका शांतपणे बसले. म्हणाले,

"काय म्हणताय सध्या? कसं काय चाललंय कॉलेज?"

त्यांनी हसत हसत मान डोलावून खुशाली व्यक्त केली. काकांनी माझी ओळख करून दिली. म्हणाले,

"हे श्रीयुत लहरे. प्राचार्य आहेत. प्राचार्यपदासाठी अगदी योग्य माणूस! पूर्वी गणिताला होते. हो ना हो?"

"पहिली चूक दुरुस्त करून बोलतो–" लहरे म्हणाले.

"बाई, मी प्राचार्य नव्हे. या खुर्चीवर सध्या तात्पुरता आहे. मी गणितच शिकवत होतो आणि ही जबाबदारी संपली की पुन्हा गणितच शिकवणार साहेब." ते अदबीने म्हणाले.

एका क्षणात त्यांच्या गणिती पद्धतीचं, स्पष्टवक्तेपणाचं आणि वास्तववादी दृष्टिकोनाचं मला दर्शन झालं. ते पुढे म्हणाले,

"आता या खुर्चीचंच म्हणाल तर ही सगळ्यांसाठीची मोहिनी आहे. पण तुमच्यासारख्यांचे आशीर्वाद असतील तर काहीही होतं. मला मिळेल अन्यथा माझ्यापेक्षा सुयोग्य माणसाला मिळेल. ते जाऊ द्या. काय काम काढलं? माझ्यायोग्य काही असेल तर आज्ञा करा."

"या रश्मी आनंद. डॉक्टरेट आहेत. मी मागे मायक्रोबायोलॉजीच्या हेडना बोललो होतो. त्यानुसार तुमच्या नजरेखालून घालायला घेऊन आलोय."

"हो. हो." म्हणत त्यांनी पद्धतशीरपणे मला माझ्या डिग्र्या, विद्यापीठं आणि अनुभव विचारून घेतला. मुद्देसूद पद्धतीने, पण न जाणवू देता!

'मुरब्बी खेळाडू आहे' हा काकांनी त्यांना दिलेला शेरा मला आठवला.

"कधी सुरू करणार?" त्यांनी विचारलं.

"हेडना भेटून घ्या. कारण अभ्यासक्रम काय झालाय मला कल्पना नाही. तुम्ही थोड्या उशिरा आलाय. अधेमधेच सुरू होतंय. पण चॅप्टर विचारून घेऊन चालू करा. तसे मायक्रोचे हेड चांगले आहेत. आपलेच पाहुणे आहेत."

मग थोडी काळजी दाखवीत म्हणाले,

"नवं गाव, नवं कॉलेज. तुम्हाला इथला अनुभव नाही. बंगलोर कसं आहे माहिती नाही, पण सगळीच माणसं चांगली असतात असं समजू नका बरं..."

दास्तानेकाका या वक्तव्यावर हसले. म्हणाले,

"शिक्षणासारखं पवित्र क्षेत्र आहे. हे काय राजकारण थोडंच आहे? इथं गुरूंची पूजा होते. समाज आदराने या क्षेत्राकडे पाहतो आणि तुम्ही उलटंच म्हणताय."

"आता काय बोलावं दास्तानेसाहेब?" लहरे म्हणाले. "अहो, चांगली माणसंही असतात; पण त्यांचे शनी होऊन केव्हा समाज किडतो तुम्हाला कळतसुद्धा नाही! कोणतंही क्षेत्र घ्या, राजकारण काय, धर्मकारण काय आणि आमचं शिक्षण क्षेत्र काय... फार न बोलावं हे बरं..."

अशा फार चर्चा ऐकलेल्या असल्यानं मी त्यांच्या संभाषणाकडे दुर्लक्ष केलं.

परत येताना काका म्हणाले,

"महा गडबडा माणूस आहे हा. वास्तविक प्राचार्यपदासाठी लायक आहे बरं का – पण नेहमी इनचार्ज म्हणून, प्रभारी म्हणूनच त्याला घेतात."

"कशामुळे?" मी विचारले.

"यांच्यात आणि नागरेबाईमध्ये तेढ आहे. शत्रुत्वच म्हणा. यांच्या संस्थेचंच दुसरं कॉलेज आहे. तिथल्या प्राचार्या नागरेबाई आहेत. आहेत म्हणजे आत्ताच निवृत्त झाल्यात. त्या बाईंचं आणि लहरेंचं विळ्या-भोपळ्याचं वैर! बाई इतकी बहाद्दर की याला संधी मिळूच देत नाही. याला एवढं बदनाम करून ठेवलंय की याचं नाव काढताच कार्यकारिणीतली माणसं 'नको रे बाबा' म्हणतात. आता त्यांचं मत बाईंनी बनवून दिलेलं!" काका म्हणाले.

"पण त्या बाईंचा काय संबंध? त्या तर दुसऱ्या कॉलेजच्या आहेत ना?"

"पण संस्था एक आहे ना! बाई पॉवरफुल आहेत. दोन-एक महिन्यांपूर्वी निवृत्त झाल्यात. पण खुर्चीत असताना फार माणसं जोडून ठेवलीत. त्या त्या माणसाकडून पाहिजे तशी कामं करवून घ्यायच्या! अगदी बेकायदासुद्धा. स्वभाव खुनशी. त्यामुळे जो नुसता विरोध करेल तो शत्रू. लागलीच त्याला कात्रीत पकडायचं! हंऽऽ या काळातही वेगळ्या पद्धतीची युद्धं खेळणं चालूच आहेत."

"पण ती माणसं हिचं का ऐकतात?"

"हा गहन प्रश्न आहे! उत्तर एकच असू शकतं, मनुष्यस्वभाव! प्राण्यांतही जे पाहायला मिळणार नाही अशा प्रकारे माणूस माणसासमोर लाचार होतो. लाचारी कशीही असू शकते. त्याचं स्वरूपही विचित्र असतं!"

"ते कसं?" माझे प्रश्न वाढत होते.

"या खुर्चीत होत्या तेव्हा यांनी कॉलेजच्या व्यासपीठावर अशा लोकांना बोलावलं, जे भविष्यकाळात यांना वर चढायला मदत करतील. त्यांना हार-गुच्छ दिले. छोट्यामोठ्या भेटी दिल्या. त्यांची तोंड फाटेतो स्तुती केली."

"बस्स! एवढ्यावर मांडलिक राजांसारखी ते मदत करणार?"

"हो एवढंच. सगळीच माणसं थोर नसतात, मोठी नसतात. पण आपल्याला मोठं म्हणावं, वर्तमानपत्रात फोटो यावा, व्यासपीठावरून बोलता यावं अशी प्रत्येकाची सुप्त इच्छा असतेच! सगळ्यांना ते जमतंच असं नाही. त्यातल्या

त्यात सरकारी अधिकाऱ्यांना तर नाहीच. पण बरीच कामं त्यांच्याचकडे असतात.'' काका म्हणाले.

''म्हणजे नागरेबाईंना मानसशास्त्र चांगलंच अवगत आहे म्हणा ना-'' मी हसले.

''तसंच असावं. लहरेंना त्यांच्या पुढे पुढे करणं जमलं नाही. नाही तर आतापावेतो प्राचार्य असते. त्यांच्या कॉलेजमध्ये फारच उद्योग आहेत. फालतू. हल्ली सगळीकडेच झालंय म्हणा. आपणच बळंच हे पवित्र क्षेत्र म्हणायचं! जाऊ दे. तू तुझ्यापुरतं बघ. आपल्याला या सगळ्याशी घेणंदेणं नाही. ना त्यांच्या राजकीय खेळीत!'' काका म्हणाले.

पुढच्याच आठवड्यात मी काम सुरू केलं. पण अलिप्त राहणं माझ्या नशिबात नव्हतं. मी नाही तरी माझी उत्सुकता तरी त्याला कारणीभूत झाली म्हणा.

स्टाफरूम आणि प्राध्यापक याच्यावर वास्तविक किती तरी लिहून झालंय! पण ही जागा आहेच खरी गमतीची. निदान मला तरी तसं वाटतं. कॉलेजातल्या खमंग चर्चा, विद्यार्थी-विद्यार्थिनींचे किस्से, प्राध्यापकांचं शिकवणं इथपासून ते राजकीय घडामोडी, आपापसातले मतभेद ते चारित्र्याच्या चिरफाडीपर्यंत सगळं इथं बोललं जातं.

मी रुजू झाले, पण माझी कोणाशीच ओळख नव्हती. नवीन असल्याने मी तोंडासमोर पुस्तक उघडून बसले. डोळ्यांच्या कोपऱ्यातून येणाऱ्या-जाणाऱ्यांकडे लक्ष होते. तेवढ्यात एक स्थूलशा बाई माझ्या शेजारी येऊन बसल्या. क्षणाचाही वेळ न दवडता आणि माझ्या वाचनाचा विचार न करता त्या म्हणाल्या,

''अग्गं बाई, नवीन वाटतं?''

मी मान हलवली.

''नाव काय? विषय कोणता? रेग्युलर मुलाखतीतून आलाय?'' त्यांच्या इतक्या प्रश्नांची उत्तरं देताना मला राग आला नाही. उलट त्या आपल्याला सामावून घ्यायला उत्सुक आहे याचा आनंद वाटला. त्यांनी स्वत:ची ओळख करून दिली.

''मी शैला वाकनीस. राज्यशास्त्राची.''

त्यांच्या वागण्या-बोलण्यातला आणि स्वभावातला मोकळेपणा मला भावला. त्यामुळे मी मोकळी झाल्यासारखी झाले. त्या साधारण माझ्याच वयाच्या असल्या तरी शिक्षण संपताच नोकरी करायला लागल्याने त्यांना सीनिमारिटीचा फायदा होता. दोन तासातच त्या 'अगं-तुगं'च्या नात्यात आल्या. मी मात्र त्यांना 'तुम्ही' म्हणून संबोधत होते.

नंतरच्या काळात आम्ही एकमेकींच्या घराची माहिती करून घेतली आणि आमची गाडी मैत्रीच्या रुळावर आली. वाकनिसांचा स्वभाव मोकळा असला तरी त्या गाफील नसतात हे माझ्या लक्षात आलं. मैत्रीतला 'सावधपणा' मैत्रीस बाधक असतो. तरीही आमचं जुळलंच म्हणायला पाहिजे. कारण आमच्या कॉमन प्राध्यापक-प्राध्यापिकांच्या स्टाफरूममध्ये आम्ही आमचा कोपरा निश्चित केला.

इथूनच माझ्या कॉलेज आणि कॉलेज राजकारणविषयक ज्ञानात भर पडायला सुरुवात झाली.

एका उंच, हडकुळ्या आणि रोज पांढरे शुभ्र कपडे घालणाऱ्या सरांकडे निर्देश करीत वाकनिसांनी ओळख सांगितली.

"हे साकेगावकर. गणिताचे. आपल्या मॅनेजमेंटच्या मेंबरचे भाऊ आहेत. त्यामुळे दुसरा एक जण तासिका तत्त्वावर ठेवून यांचं काम हलकं केलंय. समजलं?" यात 'हलकं' वर जोर होता.

"त्यांच्या तब्येतीवर जाऊ नकोस. वजनदार माणूस आहे."

वाकनिसांना मान हलवून बोलायची सवय होती. 'समजलं' हे त्यांचं पालुपद. ते म्हणताना मान जास्त हलायची. त्या वेळी त्यांचा अंबाडा मजेशीर हलायचा. अशा वेळी माझ्याही चेहऱ्यावर भोळसट किंवा वेडसर भाव दिसत असावा. कारण 'समजलं'? असं त्या समजावून सांगितल्यासारखं सांगायच्या.

एकदा एका गोरटेल्या, स्थूल, भांगात सिंदूर घातलेल्या बाईकडे निर्देश करून त्या म्हणाल्या,

"या माहिती आहेत ना!"

मी नकारार्थी मान हलवली. त्या बाई नेहमीच्या पद्धतीने आरामशीर बसलेल्या होत्या. त्यांचा सिंदूर फक्त माझ्या परिचयाचा होता. दुरूनच ओळख करून दिल्यासारखं वाकनिसांनी त्यांना दाखवलं. हलक्या आवाजात माझ्याशी त्या बोलत राहिल्या. त्यांच्याकडे पाहत मोठ्यांदा म्हणाल्या,

"या मिसेस मिश्रा आहेत म्हणून सांगत होते. आपल्याकडच्या गाढ्या विद्वान बाई."

मिश्रा 'कसचं कसचं' करीत हसल्या. वाकनीस आवाज खाली आणत म्हणाल्या,

"आपल्या मॅनेजमेंटच्या अध्यक्षांची मुलगी. हिंदीच्या आहेत. आनंद आहे. समजलं?" यात 'आनंद' शब्दावर जोर!

"अहो, पण ते तर महाराष्ट्रीयन आहेत ना?" माझा प्रश्न.

“बाई गं, तुला इथली काहीच माहिती दिलेली दिसत नाहीये दास्तानेंनी!”

मी चमकले. दास्ताने काकांकरवी मी इथे आलेय या उल्लेखाने!

चेहरा सरळ ठेवीत मी मान हलवली. माझ्याकडे संपूर्ण दुर्लक्ष करीत त्यांनी माहिती सांगणं चालूच ठेवलं.

“हिच्या नवऱ्याला पण इथे कॉलेजमध्येच लावून घेतलंय. आपले तेच ते! हिने आंतरजातीय आणि आंतरप्रांतीय लग्न केलंय. वडिलांना मान्य नव्हतं, पण वडिलांचं प्रेमच ते! शेवटी वाकले!”

माझ्यावर आंतरजातीय शब्दाचा हवा तसा परिणाम न दिसल्यामुळे त्यांनी मिश्रांच्या प्रकरणाची संपूर्ण माहिती पुरवली होती.

“म्हणजे आपला अर्ध्याच्या वर स्टाफ मॅनेजमेंटच्या नात्यातला आहे तर?” मी म्हणाले होते.

“हो. तुम्हीसुद्धा! कारण दास्तानेसुद्धा एका संचालकांच्या नात्यातच आहेत!”

बाप रे! मला माहिती नव्हतं. असा टिब्बा आहे तर! असं वाटताना एकीकडे आपल्या गुणवत्तेचा हा अपमान आहे म्हणून अपराधी वाटलं होतं आणि रागही आला होता!’

वाकनीस मात्र हसून फक्त ‘बाई गं’ म्हणत मान हलवत्या झाल्या होत्या.

माझ्या कॉलेजमध्ये लवकर येण्याच्या सवयीने माझी सगळ्यांशी बऱ्यापैकी ओळख झाली होती. स्टाफरूम कधी रिकामी नसायचीच. कुणाचा ना कुणाचा ऑफ पीरियड असायचा. अशी प्राध्यापक मंडळी तिथे हमखास असायचीच त्यामुळे गप्पाही चालू असायच्याच. त्यात वेळ मिळताच डुलकी घेणारे जोशी, पिरियडवरून येताच तंबाखू खाणारे आणि सतत दुसऱ्यांची मर्म हसत सांगणारे म्हात्रे, कार्मकारिणीला चुगली लावणारे आणि नागरेबाईंच्या घरी रोज बातम्या पोहोचवणारे पैठणे, चूक पद्धतीने पण नेटाने इंग्रजी बोलणारे कॉमर्सचे तावडे, सतत नखं चावत कडक मॅचिंगमध्ये येणारी म्हस्के, स्वरात लगबग आणि बित्तंबातमी मिळवण्यात वाकबगार वाकनीस, अशा दिग्गजांबरोबर बसण्याचा प्रसंग रोजच येत असल्यामुळे फारशी तसदी न घेताच बऱ्याच गोष्टी कळत होत्या. अर्थात असेही काही प्राध्यापक होते, ज्यांना या सगळ्या गोष्टींत रस नसायचा किंवा कळून घेण्याची इच्छा नसायची. आलं कानावर ठीक. नाही आलं ठीक. यात सौ. दामले होत्या. सतत व्यस्त. घरी सतत कुणी ना कुणी आजारी असल्याचं सांगायच्या. गुप्तेंना कमी ऐकू येत असल्याने ते असून नसल्यासारखे होते. करवीर सर सगळ्यात जुने. इथल्या चालणाऱ्या राजकारणाची आणि घडणाऱ्या घटनांची त्यांना माहिती होती. कुणाला योग्य मार्गदर्शन करतील

तर शपथ! पण जिथे त्यांचा स्वार्थ असेल तिथे मात्र ते हमखास तोंड उघडणार! शिवाय 'सीनियर पोस्ट' असल्यामुळे प्रभारी प्राचार्यांच्या खुर्चीला खुर्ची लावून बसणार. कुणावरचा अन्याय दूर करण्यासाठी प्रयत्न नाही, पण तोंडाने 'लोकशाही मार्गानं सगळं करावं' असा सल्ला देत जे चाललंय तशीच दडपशाही चालू देणार!

एकूण ही एकत्रित स्टाफरूम म्हणजे मोठा मसाला होता. यातच एकदा प्राचार्य लहरे अस्वस्थ दिसू लागले होते. वाकनीस उत्तराच्या शोधाला लागल्याही. त्यांनी उत्तर शोधून लागलीच मला माहिती पुरवली.

लहरे प्रभारी प्राचार्य होते. त्यांचं प्रभारीपद संपायच्या मार्गावर होतं. नव्या प्राचार्यांची नेमणूक होणार हे जाहिरातीवरून निश्चित झालं होतं. आता स्टाफरूममध्ये चर्चा आणि अंदाज बांधणं हा अभूतपूर्व खेळ सुरू झाला होता. हा विषय विसरणार नाही. हो ना म्हस्के?'

तिघींनी बावळटासारख्या माना हलवल्या.

"अर्थात, अर्थात," वाकनीस त्वरेने म्हणाल्या, "पण मॅडम, तुम्ही इथून गेलात असं वाटतच नाही. इतक्या तडफदार बाई तू पाहिल्या नसशील रश्मी. खरी कामावर विश्वास असणारी बाई."

"काम करवून घेणारी." कुणीतरी कुजबुजलं.

"तेही बळजबरीनं" आणखी कुणी तरी म्हणालं.

"मॅडम, करमत नसेल नाही तुम्हाला घरी आता?" म्हात्रे हा हा करीत खास गावरान आवाजात म्हणाले. ते कोणालाही बोलायला कचरायचे नाहीत. सी.एम.च्या नात्यात होते. राजकीय पाठिंबा प्राप्त असल्याने त्यांच्यातला आत्मविश्वास नेहमीच द्विगुणित स्वरूपात असतो असं वाकनिसांचं मत होतं.

"छे हो! वेळ कुठे मिळतोय? निवृत्त झाल्यापासून उलट काम वाढलंय. मी किती तरी कामं पेंडिंग ठेवली होती प्राचार्य असताना. आता ती सगळी हळूहळू सुरू केलीत. मुक्त विद्यापीठात दोन समित्यांवर आणि प्रांतीय महिला विकास समितीवर आहे. शिवाय कामगार कल्याणवर मी काम करतेय. क्षणाची फुरसत होत नाही."

"मग इकडे यायला बरा वेळ काढला? तुम्ही मॅनेजमेंटच्या मानद सभासद झाला म्हणे?" म्हात्रे पुन्हा खास खडूस पण विनोदी शैलीत म्हणाले.

"माझ्या डिक्शनरीतही नेपोलियनसारखा 'नाही' हा शब्द नाहीये म्हात्रे. मला पाहिजे ते मिळवायला मी वाटेल ते करीन. तुम्हाला माहिती आहे, माझ्या कारकिर्दीत मी केवढं नाव कमावलंय! आता तर मी कुणालाच डरत नाही. पोलादी झालेय. तुमच्या मित्राचे काय हाल केलेत माहिती आहे ना? ताठेंविषयी

बोलतेय मी! मोठा निघाला होता मला पाडायला. पण मी खमकी आहे. उगाच नाही इ.सी. मेंबर झाले! आणि तो मी नको म्हणत असताना उभा राहिला. पार नेस्तनाबूत करून टाकलं मी! नंतर एकाही कमिटीवर येऊ दिलं नाही. माहितीए ना?'' त्यांच्या आवाजात जरब होती. एखाद्या पुरुषाला लाजवेल अशी!

''माझ्याशी दुश्मनी म्हणजे सर्वनाश.'' त्या म्हणाल्या आणि हसल्या.

''हॅं हॅं, काय बोलता मॅडम? मी काय तुम्हाला आज पाहतोय? तुमच्यासारखं धैर्य असलेली बाई माझ्या पाहण्यात नाही. पुरुषाला खरंच लाजवाल आणि तुमचं कर्तृत्व? तोबा, तोबा. तुम्हाला उगाच मी ताई म्हंतो का? अहो, तुम्ही पाठीशी म्हंजे एखादा खंदा राजकारणीच पाठीशी म्हणा ना. रागावू नका. तुमचा राग कोणाला परवडलाय?'' तंबाखूची चिमूट तोंडात सरकवत हसत पण घाबरल्यासारखं दाखवत म्हात्रे म्हणाले.

मला त्यांच्या बोलण्यातलं थोडं कळत होतं. वाकनीस माहिती पुरवीत होत्या.

''हा म्हात्रे कशाला त्यांच्या नादी लागतोय? बाई फार पॉवरफुल आहे. सगळी मॅनेजमेंट खिशात घातली होती. वरपर्यंत पोच आहे. काम करवून घेण्यात पटाईत. थोडं संस्थेचं, भरपूर स्वत:चं!'' त्या कुजबुजत सांगत होत्या. ''अगं, प्राचार्य झाल्यापासून कॉलेजच्या खुर्चीचीच शिडी केली. एखाद्याला कॉलेजात बोलवायचं, सत्कार करायचा. सत्काराला कारणं शोधण्यातही या पटाईत. कसं सुचतं देवाला माहीत! मग त्या माणसाची स्तुती, त्याला भेटवस्तू. उत्तम जेवण द्यायचं. तो माणूस खूश! मग बाई एखाद्या कमिटीवर चालल्याच समजा. सांग, हे सगळ्यांना जमतं का? या सगळ्यासाठी प्रेक्षकवर्गही तयार! आपण आणि विद्यार्थी. कुणाच्या नशिबात असे शिकलेले, विद्वान नोकर असतील? अगदी डॉक्टरेटसुद्धा! यालाच नोकरशाही म्हणतात. म्हणजे हुकूमशाही आणि दडपशाहीचा शाब्दिक धिक्कार करत लाचारीने जगणारे सुशिक्षित स्वाभिमानी! म्हणजे हुजरेगिरीच! पण आपण कशाला मध्ये पडायचं? आणि बोलणार कोण? 'आजकाल कोण धुतल्या तांदळाचं आहे' म्हणत जगणं.'' वाकनीस धुसफुसत होत्या.

तेवढ्यात नागरेबाईंनी त्यांच्याकडे पाहिलं. त्या झटकन उठल्या. चेहऱ्यावर हसू आणीत म्हणाल्या,

''काही पाहिजे का?''

नागरेबाईंनी हाताने जवळ येण्याची खूण केली. दोघीत काही तरी बोलणं झालं. हात हलवीत, नमस्कार करीत आल्या तितक्याच चपळाईने नागरेबाई निघून गेल्या.

घाम पुशीत वाकनीस शेजारी टेकल्या. एकादी खाजगीतली अति गुप्त गोष्ट सांगितल्यासारखं म्हणाल्या,

"बाई गं – या मोठ्या लोकांची कामं – आपल्यासारखे या नादाला लागत नाहीत ते बरं. माहिती आहे? आपल्या कॉलेजात नवीन प्राचार्यांची नेमणूक व्हायचीये!"

हे होणार ही बातमी काकांकडून मला कळलीच होती आणि हे साहजिकच होतं. पण वाकनिसांच्या स्वरातला खर्ज आणि गुप्तता यामुळे यात कुठे तरी पाणी मुरतंय हे मला जाणवलं.

दास्ताने काकांजवळ गप्पा मारताना मी ही गोष्ट काढली, तेव्हा तिथे बसलेल्या आनंदने तर हे बोलणं हवेतच उडवून लावलं.

"यात गूढ काय असायचं?" आनंद म्हणाला.

"तुमच्या शिक्षणसंस्थांतही इतर ठिकाणसारखं राजकारण आलंय. लग्गेबाजी आलीये. आता तूच बघ, कुठून बंगलोरहून आली आणि चिकटली ना इथे? काय काका?"

"पण तिची नोकरी कायमस्वरूपी नाहीये. शिवाय त्यांच्याकडे या विषयाचा चांगला हँड नाही असं लहरे मला बोलले होते. हिला कायम करायला कदाचित मी मदत करू शकणार नाही. पण ती म्हणतेय त्यात तथ्य आहे. कारण वाकनीस-नागरेंची जोडी आहे. वाकनीस आपण स्वच्छ आणि भोळ्याभाबड्या आहोत असं भासवतात. हल्ली त्या पैठणेंच्याही पुढे पुढे करतात. त्यांना कळतच असेल. पण तरीही नागरेबाई स्वत:चा डाव गुप्ततेनं खेळणाऱ्यांपैकी आहेत आणि शेवटी यू हॅव टू लेट आऊट द कॅट. इतकं गुप्त काहीच नसतं. नागरेंच्या खेळी इतरांच्या लक्षात येतात. स्वार्थापोटी त्या हे करताहेत हे न कळण्याइतकं लहान कोणी नाही." काका म्हणाले.

बोलण्यातलं फारसं न कळून आनंद त्यांच्या चेहऱ्याकडे खुळ्यासारखा पाहत होता. शेवटी 'कॉफी करून आणतो' म्हणून उठून गेला.

मलाही थोडंच कळलं. एखादी जिगसां पझल असतं. त्यात पूर्ण चित्र होण्यासाठी अंदाजाने चित्राचा एक एक तुकडा आपण लावत जातो – तसं काहीसं. माझ्यातली नैतिक स्त्री जागी झाली. मी म्हटलं,

"तुम्हाला तसं वाटतं काका, पण सगळ्यांनाच असे छक्केपंजे कळतातच असं नाही. बहुतेक प्राध्यापक येऊन आपापले वर्ग घेऊन जातात. अर्थात ज्याच्या त्याच्या मागे आपापले व्याप असतातच की!"

"बरोबर आहे. पण काही असले उद्योग करण्यात पटाईत असतात." काका म्हणाले.

"यातनं काय साधतं?'' आनंद आत येत म्हणाला.

"का? स्वार्थ साधतो ना! अहो, आपल्या नातेवाइकांना नोकऱ्या मिळवून देणं, एखाद्याला मदत करून परत मदत मिळवणं – म्हंजे एकमेकांची तळी उचलणं, एकत्रित भ्रष्टाचार– काही विचारू नका.''

"मला वाटलं आमच्या इंडस्ट्रीच्या नोकरीतच असं चालतं.'' आनंद आश्चर्याने म्हणाला.

"आता गंमत आहे. कळेल तुम्हाला, या प्राचार्यपदाच्या रेसमध्ये जेवढे घोडे पळणार आहेत ते काय काय करतात ते! त्यांचे जॉकी कोण, त्यांच्यावर पैसे कोण लावतं – कुणाला जिंकवणार, मागे कळीचा नारद कोण, सूत्रधार कोण – बघालच!'' काका म्हणाले.

"बाप रे! काका, तुम्ही रेसकोर्सवर जात होता की काय –'' असं उद्गारत आनंद म्हणाल, "विषय बदला बुवा. मला तुमच्या कॉलेजपुराणाचा कंटाळा आलाय. पण एक निश्चित झाले की लहरेंनंतर येऊ घातलेल्या प्राचार्यांचे किस्से मला कळणार!''

नंतरच्या दिवसांत एकदा वाकनीस म्हात्रेंना म्हणाल्या,

"कळला का तुम्हाला कॉमर्सच्या तापडेंचा प्रताप? एक पेपर चक्क चुकीचा शिकवला म्हणे!''

"कळला! कळला! असले प्रताप सहसा झाकले नाही जात. डालगीखालचं कोंबडं आरवतंच. कमी कुवतीची माणसं भरली की काय होणार दुसरं? आपलीच नातीगोती आणि पिलावळ भरण्यासाठी कॉलेजं काढलीयेत.''

"म्हात्रे, निदान तुम्ही तरी असं म्हणू नका.'' वाकनिसांनी हसत त्यांना बजावलं.

"का? कारण मी सी.एम.च्या नात्यात आहे म्हणून? अहो, कष्टानं डिग्री घेतलीये. कॉप्या नाही मारल्या. ना पैसे चारले कुणाला. आपल्याकडे प्राध्यापकाची बायको कशी प्राध्यापक होते माहिती आहे ना तुम्हाला? तशी आपली भानगड नाही. घरचा गरीब आहे मी. इमानेइतबारे नोकरी करतो. परीक्षक म्हणून जातोय. सुपरव्हिजन करतोय. मागे लावलेली सगळी कामं – अगदी ग्राऊंड साफ करण्यापर्यंत करवून घेतो. आता लहरेसाहेब आलेत. त्यांचीही पहिल्या प्राचार्यांसारखी स्तुती करतो. पुढे येतील, त्यांचीही करीन. काय?'' हातावर तंबाखू मळीत म्हणाले. डोळे बारीक करीत त्यांनी विचारलं,

"मी ऐकतोय ते खरं का? नागरे मॅडम पैठणेंना सपोर्ट करणार आहेत म्हणे. त्यांचं बॅकिंग असेल तर पैठणेसारखा कमी कुवतीचा माणूस आपल्या

डोक्यावर बसणार. म्हणजे आपल्यावर प्राचार्य लादणारच की! काय?''

''काय की बाई – मला असल्या वादात पडायला नकोय.'' वाकनीस शहारल्यासारखं करीत म्हणाल्या.

''घ्या. वाद कुठला? पण मॅनेजमेंटचा कल कुठंय? तसा पैठणे पण कार्यकारिणीतल्या सदस्यांचा नातेवाईकच म्हणा! म्हंजे त्यांची केसही जोरदारच आहे!''

वाकनीस उठल्याच.

म्हात्रे हसत म्हणाले, ''नका सांगू, मर्जी तुमची! थोडं थोडं कानावर येतच आहे. आपल्या दोन्ही कॉलेजाची प्रकरणं नाशकात ठिकठिकाणी चर्चेला आहेत.''

मी मठ्ठासारखी त्यांच्याकडे पाहत होते. माझ्याकडे समजूतदारपणे पाहात ते म्हणाले,

''तुमच्या तिकडं असं नसेल नाही?''

''कसं?''

''म्हंजे सगळा घोळात घोळ. हे सगळं कसं आहे सांगतो. तुम्ही म्हणे बैल आणि मी म्हणे हाकणारा. म्हंजे दोघांत समझोता बरं का. त्यात एक गंमत आहे. अंधारात जनावर दिसत नाही, पण जनावराच्या डोळ्यावर प्रकाश पडला की डोळे चमकून उठतात, तसा हा बैल आणि तसाच हाकणारा. प्रकाश पडला की सत्य चमकून उठणार. पण बघणारा आंधळा. त्यानं म्हणायचं कुठं चमकलं? किंवा वाकनीससारखे म्हणणार मला चमकल्यासारखं वाटलं, पण ते खरं नव्हतं. असा हा नोकरी करणारा आणि मॅनेजमेंटचा खेळ आहे.''

मला त्या बोलण्यातलं कळलं असं नाही. तेवढ्यात नखं चावणाऱ्या म्हस्केबाई एकदम जाग्या झाल्यासारख्या म्हणाल्या,

''जरा समजेल असं सांगा ना.''

''आपल्याकडं पहिले शाळा-कॉलेज काढायची घाई. मग त्या नातेवाईक-पाहुणे नोकरीला लावायची घाई. वेळ आली की आपल्यातल्याला खुर्चीवर आणायची घाई. कधी कधी तर तशी वेळ हाणूनमारून आणायची. म्हंजे प्राचार्य नाही जमलं तर निदान बांधकाम कमिटीत घ्यायचं. ते नसेल तर राष्ट्रीय सेवा योजना! पण कुठेतरी घेणारच! आता असं झालंय की नोकरीची जाहिरात आली रे आली की बेरजा-वजाबाक्या सुरू! आपला उमेदवार कसा आणायचा हे आधीच ठरवायचं, पण सगळं कसं बंद मुठीत.''

तिथं बसलेल्या मिश्रा रागारागाने म्हात्रेंकडे पाहत म्हणाल्या, ''कॉलेजचं वातावरण दूषित करतायत तुम्ही! या बिचाऱ्या घाबरून जातील अशाने. आपण जंगलात राहतोय की काय असं वाटेल त्यांना!'

"हां. हेच ते. मॅडम इथे जंगल नाही, पण जंगलचा कायदा आहे. बळावर राज्य, पण बळ शारीरिक नव्हे बरं का. बळ खुर्चीचं! आता पाहालच तुम्ही म्हणा!''

मी पीरियडसाठी उठले. परत आल्यावर वाकनीसांकडून माहिती काढण्याचा प्रयत्न केला. घरी आनंदशी मी हेच बोलायला लागले तेव्हा तो म्हणाला,

"इथं कायमचं राहायला आलो नाही बरं का आपण. तू कामापुरतं काम ठेव. या उचापती तेच करू जाणे! आणि मला तर कित्येक वेळा तू काय सांगतेस तेच कळत नाही.''

मलाही फार कळत नसलं तरी प्राचार्यपदाच्या रेसचा अंदाज येऊ लागला होता. अर्थात तो सांगोवांगीचा.

"अहो, लहरे जाताहेत आता. नवीन प्राचार्य येताहेत. त्यात दोन-तीन जण मॅनेजमेंटच्या नात्याचे आहेत. एक शिक्षणाधिकाऱ्याच्या दुरून नात्याचा आहे. एक बाई व्हीसीच्या मित्राची मुलगी आहे. सगळे प्रयत्न करताहेत.'' मी आनंदला माहिती पुरवली.

"सोड गं तू. काय कटकट करतेस. आधीच सगळ्या एजन्सीज नीट काम करत नाही. त्यामुळे मी वैतागलोय. त्यात तुझी पुटपुट – तुला काय सांगायचंय ते दास्तानेकाकांना सांग, त्यांना कळेल तरी.''

आनंदने माझी बोलती बंद केली.

पण कॉलेजवर चर्चेची पेवं फुटली होती. प्रत्येक जण आपला अंदाज बांधत होता.

इथे इतकी माहिती प्रत्येकालाच कशी आहे याचा अचंबा करावा की, सगळ्यांना एवढी उत्सुकता का आहे याचे आश्चर्य करावं की; आतल्या सगळ्या बातम्या कॉमेंटसह कशा बाहेर येतात याचा उगम कुठे आहे ही गोष्ट जाणून घ्यावी अशा संभ्रमात मी आणि माझ्यासारखे नव्याने रुजू झालेले अनेक जण होते.

वाकनीस माझ्या मैत्रीण असल्यानं त्या बरंच काही बोलून जायच्या. पण हलक्या आवाजात. बहुधा मला काय कळणार यातलं, हाच त्यांचा होरा. पण या सगळ्यांची उत्तरं हळूहळू सापडण्याची चिन्हं दिसू लागली.

स्टाफमधल्या चर्चेत एक दिवस म्हात्रे म्हणाले, "अहो, पी.एम. कॉलेजचे सेठिया येताहेत म्हणे आपल्याकडे? त्यांनी अर्ज केला होता. नाही म्हंजे येणार होतेच म्हणायला पाहिजे.'' सगळेच प्राध्यापक त्यांच्या चेहऱ्याकडे पाहू लागले.

"का बुवा?'' कुणी तरी शंका विचारली.

"त्यांनी अर्ज केलाय, पण मुलाखतीला येणार नाहीत.'' म्हात्रे

“का बुवा?”

“आता घ्या. हे बी सांगायला पाहिजे का? त्यांना कुणी तरी सांगितलं की, इथली जागा आधीच नक्की झालीये. इतका चांगला माणूस. शिक्षणक्षेत्रात नाव आहे त्याचं. खूप सेमिनार्स आणि संमेलनात नाव कमावलेलं आहे. आले असते तर–” दामले कौतुकाने म्हणाल्या.

“आता घ्या. म्हंजे इथं ॲकेडमिक पाहिजे कुणाला? व्यवस्थापन पाहिजे, म्हंजे आपल्यासारख्या मेंढ्यांना वळवायला माणूस पाहिजे.” म्हात्रे म्हणाले.

“आपण मेंढ्या आहोत का?” मिश्राबाई म्हणाल्या.

“नाहीत ना आपण? मग सांगा ना अध्यक्षांना, की लायक माणूस घ्या म्हणून! आधीच पैठणेंना प्राचार्यपद दिल्याचं कशाला म्हणायचं?”

“कोण म्हणालं?” मिश्रा.

“आता घ्या. झोपल्याचं सोंग घेतलेल्यांना काय सांगायचं?”

मी वाकनिसांना विचारलं तेव्हा कळलं की लहरे आणि नागरे बाई यांच्यामध्ये मोठा तिढा आहे. दोघंही एकमेकांना पाण्यात पाहतात. पण नागरेबाईंचा कार्यकारिणीत वट आहे आणि या कॉलेजवर माझाच उमेदवार मी आणणार अशी नागरेबाईंची जिद्द आहे. त्यामुळे दोघंही इरेला पेटलेत. बाई कॉलेजातला एक आणि बाहेरच्या कॉलेजातला एक उमेदवार असा प्रमत्न करणार. लहरेंना दोन मोठे स्पर्धक तयार करणार. कुणीही आलं तर चीत भी मेरी, पट भी मेरा. लहरे त्याला चेकमेट देणार त्यामुळे इथे मोठं महाभारत होणार हे निश्चित.

“बाई गं!” वाकनीस स्वत:च्या शैलीत म्हणाल्या.

“नुसतं बाई गं म्हणून चालतं का?” म्हात्रे मिश्रांकडे तिरकं पाहत म्हणाले. “म्हंजे ज्यांनी अर्ज केलाय त्याला येऊ नका सांगतात अन् डॉ. वहाडणेला तर अर्जच करू नका म्हणाल्या. बरोबर आहे ना मी म्हंतो ते?”

मिश्रा इकडेतिकडे पाहायला लागल्या. त्यांना या वादात अडकायचं नव्हतं. पण त्यांना माहिती आहे याची सर्वांना खात्रीच होती.

सगळेच मिश्रांना म्हणाले,

“बोला मिश्राबाई, बाहेर तर कळलंच आहे आता.”

“वहाडणेला असं नागरेबाई म्हणाल्याचं कळलं बाई. आता खरं-खोटं ईश्वर जाणे.” मिश्रा म्हणाल्या.

तेवढ्यात लहरे अचानक स्टाफरूममध्ये आले.

“काय चाललंय?” म्हणत ते एका खुर्चीत टेकले.

बाकीचे सगळे उभेच होते.

“बसा ना. मी काही तुमचा बॉस नाही. पहिल्यासारखा तुमचा सहकारी

आहे. काय, बरोबर आहे ना? काय, पलीकडलं कॉलेज काय म्हणतंय? काहो वाकनीस?'' त्यांनी 'पलीकडच्या' शब्दांवर जोर देऊन नागरे बाईंचा उद्धार केला.

''त्या काहीच म्हणत नाहीत. पण माहिती त्यांनाच आहे.'' म्हस्केबाई मध्येच म्हणाल्या.

तेवढ्यात डॉ. वहाडणे तिथे आले.

''हे पाहा, आलेच वहाडणे.'' म्हात्रे म्हणाले.

''काय झालं?'' ते संभ्रमात म्हणाले.

''व्हायचंय काय?'' जोशी म्हणाले.

''तुमचीच चर्चा असणार वहाडणे.''

ऑर्गनिक केमिस्ट्रीमध्ये वहाडणेंचा हात धरणारा कुणी नव्हता. सर्व्हिसमध्ये त्यांनी अनेक शोधनिबंध सादर केले होते. परदेशी गेले होते. सेमिनार घेतले होते. आपल्या विषयात त्यांनी केस काळ्याचे पांढरे केले होते. ते लहरेंकडे पाहात होते. लहरेंनी त्यांना सांगण्याची खूण केल्यावर त्यांनी तोंड उघडलं.

''जाऊ द्या हो. असं चालायचंच. मला त्यांनी चक्क फोनच केला. नागरेबाईंनी हो. तसा माझा त्यांचा थोडा परिचय. माझा बायोडाटाच फोनवर उगाळून घेतला. मग म्हणे करू नका अर्ज. ही 'रॅटरेस' आहे. पैठणेंनी तगडे घोडे लावलेत. थेट मुख्यमंत्री, उपमुख्यमंत्री आणि पालकमंत्रीच मध्ये लावलेत. आता माझ्यासारख्या बापड्यानं कसं करावं असं विचारलं. अहो, माझ्या कुवतीच्या बाहेरच्या गोष्टी आहेत. तुम्ही म्हणता तसं असेल तर मी अर्ज करीत नाही. अंथरूण पाहून पाय पसरणारा माणूस मी! बाईंनी इतकं पक्कं पैठणेंचं नाव सांगितलं तर आपल्या हातांनी आपली फजिती कशाला करून घ्या?''

''मी म्हणत नव्हतो का, त्या अर्ज करू नका असं म्हणाल्या नाहीत. आता हेच नाही म्हणाले. तर -'' साकोळकर भीतभीत म्हणाले.

''हे चूक आहे.'' लहरे गंभीरपणे म्हणाले.

''आधी स्पष्ट म्हणणं काय आणि म्हणायला भाग पाडणं काय - वन अँड द सेम थिंग.'' म्हात्रे म्हणाले.

मग ॲकॅडमिकमध्ये कोण चांगलं आहे वगैरेची चर्चा झाली.

लहरे आज वेळ काढून आले होते.

''प्राध्यापक मठकरांना कशाला बोलावलं होतं हो वाकनीसबाई?''

''कुणी?'' त्या पेडगावला जात म्हणाल्या. ''मला काय माहिती?'' वाकनीस माहिती नसल्यासारखं म्हणाल्या.

''तुमचं काम संपल्यावर माझ्या ऑफिसमध्ये या. तुम्ही सहा हजार रुपये

मेडिकल क्लेम केले होते ना? त्याची चौकशी आलीये.''

''हे शुद्ध ब्लॅकमेल आहे.'' वाकनीस माझ्याकडे झुकून कुजबुजल्या. पण उठून लहरेंच्या पाठोपाठ गेल्या.

गेल्या वर्षी वाकनीसबाईंचे ऑपरेशन झालं होतं. ते पैसे मिळविण्यासाठी त्यांनी अर्ज केला होता. ऑफिसमधून सारखी टाळाटाळ चालू होती. पुन्हा पुन्हा चौकशी करून आणि चकरा मारून वाकनीस थकल्या होत्या. त्यांना पैसे पाहिजे होते आणि पे युनिटला लहरेंचा मेहुणा होता. तो हे करू शकेल असं ऑफिसमधून कळल्यामुळे वाकनीस लहरेंपुढे नरम वागत होत्या. पण आता माहिती काढून घेण्यासाठी त्याचा उपयोग केल्याने त्या चिडल्या होत्या. कारण नागरेबाई कुणासाठी प्रयत्न करताहेत, त्या कुणाला भेटताहेत याची माहिती लहरेंना हवी होती.

वाकनीस लहरेंकडून परत आल्या तेव्हा त्यांचा चेहरा रागाने लाल झालेला होता. घाम पुसत त्या टेकल्या.

''काही झालं का?'' मी विचारलं.

''व्हायचंय काय? आपले लगाम त्यांच्या हातात आहेत!''

मग त्यांनी म्हात्रेंकडे एक दृष्टिक्षेप टाकला. म्हणाल्या,

''मागच्या वर्षीचं बिल काढलं नाहीये.''

मी गप्प होते.

आम्ही बरोबर बाहेर पडलो. रस्त्याला लागल्यावर मी म्हणाले,

''चला, माझ्या घरी चहा घेऊ.'' त्या निघाल्या.

घरी थोडं खाणं-पिणं झाल्यावर त्या मोकळ्या झाल्या.

''उगीच मधल्यामध्ये आपल्यासारख्याचं मरण हो. तिकडे ती नागरेबाई सारखे फोन करून माहिती काढत राहाते. इकडे हा लहरेबाबा. त्यांनी बुद्धिबळाचा डाव मांडलाय. प्यादी आपण. हे म्हातारं आता चार-पाच वर्षे राहिलेत तरी रस घेऊन खेळतंय. ती बया तर काय विचारूच नका. इंदिरा गांधींना राजकारणात हरवलं असतं. कुठे तोंड घालत नाही विचारा.''

''पण तुमची मैत्रीण ना?''

''छे गं. कशाची मैत्रीण? मला रजा फार लागतात आणि माझा भाऊ सचिवालयात आहे हाच धागा. सगळे नियम सांगायला कुणी तरी लागतं. ओळखीशिवाय कामं होत नाहीत म्हणून.''

''पण याचा काय संबंध?'' मी

''नियमबाह्य गोष्टी नियमात कशा बसतील नाही तर? कुणाला घ्यायचं, कुणाला टाळायचं, कुणाची बिलं काढायची, टेंपररी कुणाला ठेवायचं, कुणाला कायम करायचं – बाई गं, शिवाय ग्रँट्स, त्या कशा मिळवायच्या–''

"पण ते तर यूजीसी–"

"पण कागदपत्रं करावी लागतात ना? प्रपोजल्स माझ्या भावाकडून करून घेतात आणि वर्षाला एक टपरट पँट-शर्ट पीस देतात. तो बिचारा बहिणीसाठी करतो."

"मग तुम्ही भावाला का करायला लावता?" मी विचारलं.

"माझी नोकरी आडवी येतेय. घरी घासभर अन्न शांतपणे खाता यावं म्हणून हा आटापिटा! अगं, आपण शिक्षण घेतलंय. आपली शिकवण्याची कुवत आहे; पण आपली योग्यता गेली घास खात! आपल्या कार्यकारिणीत किंवा विद्यापीठात आपला कुणी त्राता आहे का? निदान इथे तरी? कॉलेजात? त्यामुळे पदव्या गुंडाळून ठेवून स्वाभिमान खुंटीला टांगावा लागतो. आता प्राचार्यपदाच्या गोंधळात तर मी अगदी वैतागली आहे! संस्थेच्या परिसरात घडणाऱ्या एकेका गोष्टींची नागरेंना माहिती पाहिजे असते! नाही सांगितलं तर ऑफिसमधले दोन-चार जण त्यांना सांगतातच! म्हणजे खोटंही बोलता येत नाही! "

"हे मठकर कोण?"

"बी.पी.एड.चे गं! महा लटपटा माणूस आहे." वाकनीस बाईंचा स्वर खाली गेला. "तुला सांगते, कुणाला सांगू नकोस. आता आपल्याकडे येणाऱ्या प्रत्येक उमेदवाराचे दोष नागरेबाईंनी असे काढून ठेवले आहेत की त्याला मुलाखतीतच अपात्र ठरवलं जावं! प्रत्येकाच्या उणिवा काढून तयार आहेत आणि जे शर्यतीत येऊ इच्छित होते त्यांची वहाडणेसारखी वाट लावलीये."

"पण लोक ऐकतात कसे? माझा नाही विश्वास बसत." मी

"माझाही नाही बसायचा. पण गेल्या काही वर्षांत आम्हाला खात्रीलायक पुरावे मिळाले आहेत. अवघड आहे. बाई गं!"

"आणि निगेटिव्ह पॉईंट काय?" मी

"म्हणजे कुणाची डिग्री काय, ती कशी मिळाली, कुणाचा कार्यकाळ किती, कुणावर कोर्ट केस आहे, कोण बदनाम आहे, कोण मॅनेजमेंटच्या विरोधात कधी गेलाय– इत्यादी इत्यादी. "

वाकनिसांनी मजेशीर हात हलवला. हे येरागबाळ्याचं काम नव्हे.

"मग मठकर काय करणार?" माझी उत्सुकता.

"ते आता अध्यक्ष आणि संबंधित मेंबरला कळवणार. ते मुलाखतीत त्या त्या उमेदवाराचा त्रिफळा उडवणार!"

"पण तुम्ही म्हणाला ना की पैठणेंना त्या मदत नाही करणार म्हणून?"

"करणार नव्हत्या, पण आता म्हात्रेंच्या भाच्यालाच उभा केलाय– वळसे

म्हणून आहे. म्हणून आता पैठणेंनाच आणणार. बिचारा वळसे– त्याचा शिखंडी होणार... पैठणेंच्या नात्याचा, पुढे पुढे करण्याचा शेवटी झाला फायदा.''

''तुम्हाला इतकं माहिती आहे तर सांगत का नाही मॅनेजमेंटला?''

''ते काय करणार? म्हात्रे म्हणाले तसं झोपलेल्याला उठवता येतं सोंग घेतलेल्याला नाही आणि आता पैठणेंच्याच नात्यातला मॅनेजमेंटमध्ये आहे. तो काय गप्प बसला असेल. त्याने मेंबर फितवलेच असणार!''

मी तगमगले.

''काय घाण ही शिक्षण क्षेत्रात...''

''बरोबर! आपण नपुंसक आहोत, हतबल झालो की ही भाषा बोलायला लागतो. शिवाय आपला व्यवसाय पोपटाचा. त्यामुळे चामडी बचावत, आपल्या रस्त्याने नीट चालता यावं म्हणून हा उपद्व्याप! या होणाऱ्या मुलाखतीत उमेदवार ठरलाय. कुणाला आणायचं ते ठरलंय. साम-दाम-दंड-भेद-नीती आहे इथे!''

'दाम' वर त्यांच्या आवाजाचा जोर होता.

''काय?'' मी आश्चर्यचकित व्हायची थांबत नव्हते.

त्यांनी एक बोट वर केलं.

''प्रत्येकी!'' त्या प्रत्येक अक्षरावर जोर देत म्हणाल्या.

''प्रत्येकी?'' मी बावळटासारखं विचारलं.

''म्हंजे एकूण खर्च तरी किती केलेत?''

''निदान चार-पाच लाख!''

''कुणी?'' मी विचारलं.

''पैठणेंनी.'' त्या ठामपणे म्हणाल्या.

''छे हो. त्यांना शक्य तरी आहे का? किती गरीब दिसतो तो माणूस!''

''गरीब? वेडी आहेस. जिथे जमेल तेथे पैसा खाल्लाय. प्लॉट्स घेतलेत, घरं बांधलीयेत. सोनं तर विचारूच नको! सगळे पैशाचे खेळ आहेत.''

''पण एक्सपर्ट्स कसं करतील असं?''

''ही तज्ज्ञ माणसं जगरितीला धरून आता हेच करतात बाईसाहेब. सगळा वरवरचा तमाशा वेगळा. आतला वेगळा. आता मुलाखतीला उत्सुक, अधीर, घाबरलेले चेहरे असलेले उमेदवार बघा. महिना महिना तयारी करून येतात. किती जणांना या गोष्टी माहिती असतील?''

''पण हे सगळं तुम्हाला कसं कळलं? दास्ताने काका तर म्हणाले– इकडे असं काही होत नाही.'' मी म्हणाले.

दास्तानेंचं नाव ऐकल्याबरोबर वाकनीस सावध झाल्या. कानावर हात ठेवीत म्हणाल्या,

"ऐकीव आहे गं बाई. नाही तर उगाच घोळ! तो पैठणे प्राचार्य झाल्यावर मलाच पकडून वैताग द्यायचे! इथे सुडाचं राजकारण आहे.''

"जाऊ द्या. माझे तर कान किटले ऐकून! परत चहा घेऊ या?'' मी विषय बदलायचा म्हणून म्हणाले.

पण वाकनिसांना हिशेब समान करण्याची घाई झाली असावी.

"तुम्ही प्रयत्न करताय म्हणे फुलटाइमसाठी? तसे दास्ताने प्रसिद्ध आहेत अशा गोष्टी करायला! थेट सचिवालयात पोच आहे. वाठोरे म्हणत होते...''

त्यांच्या बोलण्याने मी थबकले. हातात चहा तसाच राहिला. सहज म्हणून 'मी पूर्ण वेळ होऊ शकते का' असं वाठोरेंना मी म्हणाले असेन. तेही मला आठवत नव्हतं.

माझ्या डोळ्यांपुढे काजवे चमकले. घटनाक्रमाची जंत्री डोळ्यांपुढे आली.

१. माझी नोकरी.

२. म्हणजे ती तासिका तत्त्वावरची.

३. त्यातले माझे स्पर्धक.

४. कार्यकारिणी आणि विद्यापीठ तज्ज्ञ.

५. माझे विरोधक.

६. विरोधकांमागे उभे असलेले अदृश्य असंतुष्ट आत्मे किंवा राजकारणी खेळी करणारी माणसं.

७. कुणाचं खच्चीकरण. कुणाच्या उत्थापनाचं राजकारण.

८. इतरांच्या उणिवांच्या बळावर झालेली निवड.

९. निवडीनंतर हातांच्या बोटांवर पैशांच्या खुणांचे आकडे.

१०. डोळ्यांच्या खुणा आणि कुत्सित हसणं.

आणि शेवटी कुवतीचा संदर्भच न लावता दिली गेलेली नोकरी!

हे सगळं माझ्या डोळ्यांपुढं झंझावातानं आलं.

तरीही आपण अजूनही नोकरी करतो आहोत याचंच आश्चर्य वाटायला लागलं.

■

जाणीव

अंघोळ करून गुंडाळलेल्या टॉवेलसहित अमित आरशासमोर उभा राहिला. तशी प्रियंका ओरडली, "भाऊ, मधून बाजूला सरक. मी वेणी घालतेय."

तो अर्थातच सरकला नाही. तशी ती पुन्हा ओरडली, "भाऊ, मधून बाजूला सरक. मी आईला सांगीन."

आता तो वैतागला. "सरकत नाही जा! सांग आईला! तासन्तास आरशापुढे बसतेस तरी तुझी वेणी होतच नाही!"

"तू सरक रे –" म्हणत त्याला ढकलून देण्यासाठी तिने त्याच्या पाठीवर हात टेकवले.

अंगावर शहारे आणत ती ओरडली, "ईऽऽ तुझी पाठ ओली आहे. अंग पण पुसत नाही कारे भाऊ?"

आता मात्र तो चिडलाच तिच्या 'भाऊ' म्हणण्यावर. तिच्याकडे रोखून पाहत तो म्हणाला, "डोंच्यू कॉल मी भाऊ – मला भाऊ म्हणामचं नाही! किती वेळा सांगामचं?"

"मग काय म्हणायचं? तुझा मित्र म्हणतो तसं *ब्रदर* म्हणायचं? की दूधवाल्यासारखं *भैया* म्हणायचं?" प्रियंका म्हणाली.

"शिट! साधं 'तू' म्हणायचं! तू सुधारणार नाहीस. एकविसावं सोड, अजून एकशे एकविसाव्या शतकातही तू अशीच बुरसटलेली बुर्झ्वा राहणार! आणि यू वुईल गो ऑन कॉलिंग मी भाऊ! ग्रेट. तुझ्याकडे बघ. जगातल्या सगळ्या पोरी बॉबकट करताहेत, स्टाईल्स करताहेत आणि हे ध्यान पाहा! लुक ॲट युवर ग्रँड ग्रँड मदर–"

"आईऽ" या आर्त हाकेला उत्तर म्हणून आईच बाहेर आली. म्हणाली–

"झालं का भांडण सुरू? तुझी वेणी नाहीच ना संपली? आणि भाऊ हे काय रे, एवढा मोठा एकोणवीस वर्षांचा आडदांड तरुण तू, उघडावाघडा हिंडतो आहेस?"

“बघ ना,” प्रियंका कुरकुर करीत म्हणाली.

“माझ्यावर गुरगुरतोय. सहा फुटी जिराफ़ झाला म्हणून काय झालं? कितीक मोठा आहेस असा? सारखी दादागिरी करतो. मी आरशासमोर उभी राहिले की उंचाड भाऊ मधे-मधे येतो. मला काहीच दिसत नाही.”

स्वतःच्या पुष्ट, धडधाकट शरीराकडे अभिमानानं आणि गर्वाने पाहत दंडावर पहिलवानासारखं थोपटल्यासारखं करून अमितने पुढे कपाळावर आलेले केस मानेला झटका देऊन मागे टाकले. त्यातून पाण्याचे शिंतोडे उडाले तशी प्रियंका पुन्हा किंचाळली.

“किंचाळायला काय झालं? पाणी पडलंय, पाल पडल्यासारखी ओरडतेय. आईकडे बघ, ओरडतेय का? तिच्या अंगावर नाही पडलं? हो की नी गं आई–” असं म्हणत त्याने खाली कमरेत वाकून आईच्या कमरेला मिठी घातली.

मुलाच्या मायेने ती सुखावली. लटकेच रागावत म्हणाली,

“चल रे, सरक बरं. उगा लाड घालतो.”

“मॉमऽ” करीत तो आणखी चिकटला.

“सगळी पाठ ओली आहे की रे. कसं अंग पुसतोस?” आईने पदराने पुसत म्हटलं.

प्रियंका वेडावत म्हणाली, “आता कसं हे इंडियन प्रेम चालतं? तिथल्या मॉम अशा पदराने पाठ नाही पुसत.”

अमित हसला. त्याने आईच्या गालाचा मुका घेतला. “माय डार्लिंग मॉम, माय डियरेस्ट–”

“चल रे, पुरे झालं तुझं इंग्रजी प्रेम.” आई मायेने म्हणाली.

“प्रिया, तुझी करू का माया?” त्यानं विचारलं तशी घाबरून मागे सरकत ती म्हणाली, “नको नको,” तिने दोन्ही गालांवर हात झाकून घेतले.

“आज्जीवर कर जा.” तिचा एक हात अजून गालावरच धरून ठेवलेला होता.

“ठीक आहे काकूबाई.” म्हणत अमितची स्वारी आजीकडे वळली,

“बाजूला हो रे. अंग पूस, नीट कपडे घालून माणसासारखा ये.” आजी म्हणाली. तेव्हा वेडावत नाचत त्याने आजीभोवती फेर धरला. टॉवेल दोन्ही हातांनी साडीसारखा धरत ‘आजी, मी बाई सोवळ्यात आहे.’ म्हणत नाचू लागला.

आजी रागाला आली. म्हणाली, “चल मेल्या. नाचतोय काय, कंबर काय हलवतोय! अरे चांगल्या संस्कार झालेल्या घरातला ना तू? तुम्हाला कशाचंच वावडं नाही. बूट घालून जेवायला बसतोय आणि दिवाणखान्यात झोपून टीव्ही

पाहतोय. कुणी आलं तरी तुझं लोळणं चालूच.''

तेवढ्यात बाबा आले. अमित त्यांची बोलणी खाईल म्हणून आजी गप्प झाली आणि तोही आत पळाला.

अर्ध्या तासाने तयार होऊन अमित बाहेर आला. त्याच्याकडे पाहत आजीने विचारलं,

''कुठे चालला आहेस?''

''हटकलंच. मी फार महत्त्वाच्या कामाला जातोय.''

''पण तू तर असल्या सुपरस्टिशन्सवर विश्वास ठेवत नाहीस् ना? मग हटकलं कशाला म्हणतोस? हटकण्यासारख्या सगळ्या जुनाट बुरसटलेल्या गोष्टी–''

प्रियंकाचं बोलणं तोडत तो म्हणाला, ''बरं बरं, शहाणपणा शिकवू नको.'' मोठ्या कपाटातले कप्पे धुंडाळत त्याने विचारलं,

''आई, माझा चष्मा कुठे? गॉगल्स?''

''तिथेच असेल.'' आई म्हणाली.

''काय कटकट आहे? एक वस्तू या घरात धडपणे सापडेल तर शपथ!'' असे म्हणत त्याने वस्तू बाहेर फेकायला सुरुवात केली.

तेवढ्यात आई बाहेर आली. ''पसारा करू नकोस. तुम्ही घाण करून ठेवता, उचलायला आहेच मी बिनपगारी कामवाली!''

''प्लीज ममा, उशीर होतोय. शिवाय तो जेरीचा गॉगल आहे.''

त्याने पुन्हा उचकायला सुरुवात केली. तशी आई प्रियंकावर ओरडली, ''बघू नकोस नुसती! शोधू लाग.''

''तर काय, साहेबांचा गॉगल शोधायचा का? गोरा साहेब गेला, हे आलेत. मॉडर्न, बिनकामे. त्याला नीट ठेवायला काय झालं? एकतरी गोष्ट नीट ठेवतो का? मला इतकी दामटतेस. त्याचे कपडे बघ. कधी ठेवलेत का कपाटात? घड्या घातल्यात का? धुवायलासुद्धा टाकत नाही! इस्त्रीला मीच टाकते. मग हा काय नुसता मॉडेल म्हणून दिमाख दाखवणार का?''

''ऑफकोर्स!'' स्टाईलमध्ये केस मागे फेकत, खांदे उंच करीत, इन केलेला शर्ट पुन्हा खोचत अमित ठाकठीक दिसण्याच्या प्रयत्नाला लागला. मग त्याने मागेपुढे नीट पाहिलं.

''सापडला?'' आईला विचारलं.

''नाही सापडत.''

''कसा आहे गॉगल? आणि दुसऱ्यांची वस्तू घ्यायचीच कशाला?''

''फॅशन असेल!'' प्रियंका फिसकली. ''म्हणजे जेरीचा गॉगल, दिनेशचा

शर्ट, आशूचा बूट, सचिनची गाडी आणि कोणाच्या तरी जिवावर हॉटेल! फास्ट फूड! म्हणजे सगळाच प्रकार उधारउसनवारीचा. अमितराव उधारे किंवा उधारदास. कारण उसनं घेतलं की सेवा आलीच!''

तिच्या बोलण्याने अमित चिडला. मोठ्यांदा रागावत म्हणाला, ''मी असलं काही करत नाही. हा चष्मा जेरी फारच म्हणाला म्हणून घेतलाय. नाही तर मी कधी उसनं घेतो?'' तो जवळजवळ तिच्या अंगावर धावूनच गेला.

''पण तुझे सगळे मित्र असंच करतात ना?''

''मी करतो का? त्यांचं त्यांना, आणि डोन्ट टॉक अबाऊट माय फ्रेंड्स!''

आईने दोघांना बाजूला केलं. तेवढ्यात आजी आली.

''तुम्ही पाहिला का चष्मा?'' आईने विचारलं.

''कुठला चष्मा? नाही बाई.'' म्हणत आजी बसली आणि एकदम आठवल्यासारखं म्हणाली, ''गांधीजींसारखा का?''

''तोच!'' अमितने टणकन उडी मारली.

''तुझा आहे होय? मला वाटलं यांचाच आहे. गांधीजींच्या हाताखाली काम केलंय ना. म्हटलं आता असंही अनुकरण करताहेत! तरुण पोरांत ही फॅशन चाललीये का? मला माहिती नव्हतं. चला, उशीर का होईना, गुणाने नाही तर निदान चष्मा गांधींसारखा आहे.''

''व्हॉट नॉनसेन्स! अगं एल्टन जॉनचा चष्मा आहे. तो मोठ्ठा पॉप गायक आहे.''

''मग गांधींनी त्यांच्यासारखा घातला असेल. काय सांगता?''

''आजी प्लीज, प्लीज बोअर करू नको. मी आधीच या दोन बायकांमध्ये वैतागलोय. आज सम्याचा बर्थ डे आहे. आमची न्यू वेस्टर्नला पार्टी आहे. चष्मा कुठंय सांग.'' तो घाईने बोलत होता.

तेवढ्यात खाली मोटारसायकलचा हॉर्न वाजला. गॅलरीत जात तो ओरडला, ''आलो रे! एक मिनिट!''

''रीतसर घरात येऊन बोलवता येत नाही का रे?'' आजोबा कुठून तरी उगवले आणि बोललेच. त्रासिक आवाजात अमित म्हणाला,

''तुम्हाला भितात. तुम्ही उच्च संस्कारीत आहात. ते सगळे मॉड आहेत. वर येत नाहीत तेच बरं. नाही तर आपला सगळा पारंपरिक पचपचाट! देव, धर्म आणि कर्मकांडं! पाया पडणं आणि कुंकू वाहणं, लाडू करणं आणि पुरणपोळी खाणं, त्यांना जमत नाही. आजोबा, उगाच मी आपला साधासुधा पोरगा आहे म्हणून. तुम्ही आमचे इतर मित्र पाहा.''

''काय पाहणार? फॅशनेबल असतील.'' आजोबा तिरकसपणे म्हणाले.

पुन्हा खाली भोंगा वाजला. आजीच्या हातातून जवळजवळ चष्मा ओढूनच घेत तो 'नंतर सांगतो तुम्हाला' म्हणत ढांगा टाकीत खाली उतरलासुद्धा!

"संस्कार मन साहीना," म्हणत आजोबांनी नि:श्वास टाकला.

प्रियंका तणतणत म्हणाली, "त्याला सगळी सूट आहे. मी त्या दिवशी मिडी घे म्हटलं तर नाही! तो हॉटेलिंग करतो, रात्री उशिरा घरी येतो, रात्री दोन-दोन वाजेपर्यंत टीव्ही पाहतो. सगळं चालतं त्याचं. मुलगा आहे ना? भारतीय संस्कृतीत मुलाचं केवढं महत्त्व! शेवटी पाणी पाजतो ना! पण हा आताच पाणी पाजतोय. त्याच्या पेट्रोलसाठी आई गुपचूप पैसे देते. त्याला अभ्यासाला बस म्हणून ओरडते का? तो कसले पारोसेच कपडे घालून बसतो. दहा-दहा दिवस धूत नाही आणि ती पाय दाखवत घातलेली अर्धी चड्डी? ती चालते तुम्हाला. ती महिनाभर न धुता घालतोय. ईऽऽ गचाळ कुठला."

आईने प्रियंकाचा हात धरला. ब्रेक लागल्यासारखी ती गप्प बसली.

पार्टीहून अमित दहाला परतला. दारातच बाबा घरी नसल्याचं त्याला कळलं. बुटासहित तो आत आला. समोर आजोबा बसले होते. येताच त्याने कॅसेट टाकून साऊंड सिस्टिम सुरू केली. मोठ्या आवाजात मायकल जॅक्सनचं गाणं सुरू केलं. त्या ठाण ठाण ठाण तालावर तो नाचू लागला. त्याचा नाच पाहताना आजी हसू लागली आणि आजोबांनी वर्तमानपत्र तोंडापुढे धरलं. तेवढ्यात प्रियंका आली. "मला पण या स्टेप्स सांग." म्हणाली.

बस्स. त्याचा मूड गेला.

"तुम्ही मुली म्हणजे ना –"

"मैत्रीण असली तर चालते." प्रियंका फुरंगटून म्हणाली.

"त्या कशा मॉड असतात! जीन्स, टॉप, बॉब्ज, स्टाईल, मॅनर्स." तो अगदी रंगून सांगू लागला. "एकूणच आमची यंग जनरेशन. पूर्ण वास्तववादी. वैताग नाही. मन करेल तसं राहावं, खावं, प्यावं, नाचावं, बागडावं, आनंद करावा."

"म्हणजे गाड्या उडवाव्या, टपऱ्यांवर खावं, टोप्या उलट्या घालाव्या, कानात डूल घालावे, केसांची वेणी येईल एवढे ते वाढवावे, बरम्युडा घालून बाहेर पडावं. ते सगळं करावं, जे पाहून सामान्य माणूस आ वासून बघत राहील." प्रियंका म्हणाली.

तिच्या बोलण्याकडे दुर्लक्ष करीत आजी म्हणाली,

"पण तू आणली होती, त्या कच्छी दाबेलीची चव चांगली होती रे बाबा."

"दॅट्स लाईक माय ग्रँडमॉम!"

"जा झोपायला." आजोबांनी फर्मान सोडलं.

“आत्ताशी साडेदहा होताहेत. हे काय आजोबा? तुम्ही अगदी बुर्झ्वा आहात बुवा! हे घरच बुरसटलं आहे. ही तरुण मुलगी पाहा. घराची रचना पाहा. इथले नियम पाहा.” अमित तणतणत म्हणाला.

“आधी कॅसेटचा आवाज कमी कर. माझ्या कानाचे पडदे फाटतील.” आजोबा म्हणाले.

अमितची तणतण सुरू झाली.

“व्हॉट अ हाऊस, यार! शिट्! इथे काही गंमत नाही. एन्जॉयमेंट नाही. नुसतेच नियम! आणि दरघडीला ‘हे आमच्या वेळेला नव्हतं. आमच्या वेळेला असं होतं. आज पोरं कशी बिघडलीत, पोरी कशा बहकल्यात, टीव्ही कसा वाईट, सकाळी कसं उठलं पाहिजे’– शिट्! फालतू गोष्टी यार! कसं जगलं पाहिजे? काय कुढत जगता तुम्ही! माझा जीव गुदमरतो. कशाच्या व्हॅल्यूज? कशाची नीतितत्त्वं? सकाळपासून संध्याकाळपर्यंत ऑक्सिजनइतकं कल्पनांचं ओझं माझ्यावर लादून ठेवलंय तुम्ही! आणि परवा माझ्या मित्राच्या इतक्या चौकशा कशाला करीत होतात?”

आजोबा बारीक डोळे करीत त्याच्या थयथयाटाकडे पाहत होते. त्यांना खरोखरच ही नवी पिढी उमजत नव्हती. पिढ्यापिढ्यांत फरक असतो, हे वाक्य त्यांनीच कितीतरी वेळा आजीला ऐकवलं असेल. पण या पोरापुढे त्यांनी हात टेकले होते.

“बापाच्या कष्टाची जाणीव नाही. पेट्रोल किती महाग आहे? सारखी गाडी उडवीत असतो! आणि घराचं प्रेम आहे का? आपलं सोड, पण आईचं? बहिणीचं? हा पोरगा अगदी वाया गेलाय. जाऊ द्या.”

एकांतात ते आजीला अनेक वेळा म्हणत,

“आपल्या वेळची गोष्ट वेगळी! एकमेकांना पाहायचं तर दिवस आडवा जावा लागायचा. इथं पोरं नि पोरी एकत्रच. डोळ्यात डोळे आणि गळ्यात गळे! तसले सिनेमे – सगळं बरबटलं. ना माया ना प्रेम! सारखी गाणी, नाचणं, उंडारणं, बाहेर हुंदडणं, बाहेरचं खाणं, पोरींचे फोन.”

“बरं झालं, मी आधीच आई होऊन गेले. हा प्रकार मला झेपला नसता.” आजी म्हणायची.

“हे काय पुढे बापाला विचारणार? जीव जायला लागला तर पाणी विचारायचे नाहीत. दुखतंय ना, मग पडा गप म्हणतील.”

दुर्दैवाने आजोबा पडलेच आजारी. त्यांचं ब्लडप्रेशर वाढलं. डायबेटिस आवाक्यात येईना. दवाखान्याच्या चकरा सुरू झाल्या. घरात धांदल उडाली. पण

गाडीतून ने-आण करण्यापलीकडे अमितचा यात भाग नव्हता. त्याच्या रूटीनला धक्का लागला नव्हता.

पण बाबांना ताप आल्यावर मात्र दवाखान्यात जाण्याची वेळ त्याच्यावर आलीच.

''आजोबांनी वेळीच औषधं घेऊ नयेत का? इतकं वाढलं म्हणजे सगळ्यांनाच ताप.'' तो तणतणला तरी रात्री झोपायला गेला.

दुसऱ्या दिवशी दुपारी डॉक्टर राऊंडवर बाबांना भेटले तेव्हा म्हणाले,

''रात्री दवाखान्यात झोपायला यावंच लागतं. तुमचा मुलगा होता ना काल झोपायला? त्याच्यामुळे आजोबा वाचले. रात्री चांगलंच घाबरवून दिलं आजोबांनी! श्वास घेता येईना. बी.पी. फारच झालं असणार, पण हा रात्री अडीचला आला माझ्याकडे. नर्स नको म्हणत होती तरी आत येऊन उठवलंच! अशा वेळी नसती भीड नकोच असते. पेशंटच्या जीवनमरणाचा प्रश्न नसतो का? छान मुलगा आहे तुमचा! गुड लुकिंग आणि अतिशय नम्र.''

बाबा आश्चर्याने थक्क झाले.

अमित आणि नम्र?

'आमचाच अमित होता का?' त्यांना खरंच वाटेना.

तेवढ्यात तोच डबा घेऊन आला. डॉक्टर म्हणाले,

''ये, तुझाच विषय चालला होता. वेल डन! चांगली कामगिरी बजावलीस!'' डॉक्टर गेल्यावर अमित आजोबांपाशी बसला. त्यांच्या हातात मोगऱ्याची फुलं ठेवली. आजोबांना देत तो म्हणाला,

''तुम्हाला फुलं आवडतात ना?''

आजोबांनी वास घेतला.

''कोणी दिली?'' ते म्हणाले.

''घ्या! आंबे खाण्याशी मतलब. काय? पण सांगतो.'' मग आजोबांच्या कानाशी म्हणाला, ''आजीनं पाठवलीत.'' आणि डोळे मिचकावले.

''धत्, वात्रट पोरगा! म्हातारपणी गंमत करतो का रे?''

''मग विचारता कशाला? मी काही आणू शकत नाही का काय?''

बाबा तिथेच उभे होते. त्यांच्यातला संवाद त्यांना भावला. डोळे पाणावले. आपल्या उडाणटप्पू वाटणाऱ्या मुलाचं पहिल्यांदाच कौतुक वाटलं.

तो घरी आला तेव्हा संध्याकाळ झाली होती. घरात शांतता होती. आजी बहुधा दवाखान्यात गेली असावी.

दार लोटून तो आत आला. आईच्या खोलीत डोकावला. ती झोपली होती. तो आत गेला.

हलकेच त्याने तिच्या डोक्यावर हात ठेवला.

ती दचकली. डोळे उघडत म्हणाली,

"तू होय? बरं आहे का आता आजोबांना?"

"तू अशी का झोपलीयेस संध्याकाळची? बरं नाहीये का?" त्याच्या हाताच्या स्पर्शाने आईचे डोळे भरून आले.

"नाही रे, थकलेय. उमा वन्सं आणि बाबी वन्सं आल्यात नवऱ्यासह. तू गेल्यावर ते सारे आले, पुन्हा सगळा स्वयंपाक! तुला तर माहितीच आहे!"

"तू फार काम करू नकोस." तो म्हणाला. "थांब, तुझे पाय दाबून देतो. प्रियाला सांग ना थोडं करायला."

"ती करते रे. पोरीच्या जातीला कुठं चुकतंय! कोणतं का शतक असेना. एकविसावं किंवा बाविसावं." तो हळूहळू तिचे पाय दाबू लागला, तसं आईला पुन्हा भरून आलं.

"राहू दे रे, काल तुझीही झोप झाली नाहीये, थकला असशील."

ती उठली, घाईने खोलीतून बाहेर पडत स्वयंपाकघरात गेली.

"अगं बाई, अंधार झाला की!" म्हणत देवघराकडे गेली. तिच्या आश्चर्याला पारावार राहिला नाही. देवापुढे दिवा लागलेला होता. उदबत्ती जळत होती. तिने मागे वळून पाहिलं. प्रश्नार्थक! त्याने उत्तरादाखल तिच्या कमरेला मिठी घातली.

"तुझा तर देवावर विश्वास नाही ना?" आईनं विस्मयानं विचारलं.

"पण तुझ्यावर आहे ना? तुला संध्याकाळी दिवा लागला पाहिजे असं वाटतं ना? झालं तर!"

आईने मायेने त्याच्या पाठीवरून हात फिरवला. "केवढा मोठा झालाय तू! एवढासा होता. गालफडं बसलेली, त्रिकोणी चेहरा, खायची रडरड." आई म्हणाली, "भूक लागलीये का? चल, काही तरी खायला करते."

"नको, तूच बस. मी तुला सँडविचेस घेऊन येतो– तू खा. चटणी-व्हेजिटेबल ना?" त्याच्यातल्या मायेने आई सुखावली.

"एवढं प्रेम कशासाठी? काही स्वार्थ आहे का?" ती हसत म्हणाली.

"आहे, आहे." त्याने एल्टन जॉनची कॅसेट टाकली. थय थय संगीत सुरू झालं.

"तू बस, या गाण्याचे शब्द ऐक."

"मला काही कळत नाही बाबा!" तिला नुसता वाद्यांचा कलकलाट असं म्हणायचं होतं.

"नीट ऐक, तो म्हणतो, वादळात दीपस्तंभ असतो, तशी तू आहेस. अविचल, लाटांच्या तडाख्यांमध्ये घेरलेली. तरीही शांत. बाजूच्या कल्लोळातून तुझ्यापाशी आलं तर घनदाट जंगलातली शांतता लाभते आणि तुझ्या हृदयाचे ठोके दाट, शांत जंगलातल्या पावसासारखे वाटतात."

"अशा कुठे आहेत ओळी? त्यात म्हटलंय असं?" आई गोंधळून म्हणाली.

अमित हसला. म्हणाला, "माय डियर वेडी मॉम, हे मी म्हणतोय. बघ आता याच तालावर तो कसं म्हणतो." त्याने तिला उभं केलं.

त्याने तिच्या चेहऱ्यावरून आईने मुलाच्या चेहऱ्यावर फिरवावा तसा हात फिरवला.

"तुझ्या चेहऱ्यावरच्या कष्टाच्या रेषा माझ्या तळव्यांनी पुसून काढतो. तू एखाद्या दीपस्तंभासारखी आहेस."

अमित आईच्या हातांना धरून तिला हलके झुलवीत होता. दारात बाबा आणि प्रियंका उभे असल्याची जाणीवही त्याला नव्हती.

कुठं तरी लावलेल्या बीजाने नुसता अंकुर धरला नव्हता, तर नक्की जोम धरला होता, हे सगळ्यांनाच जाणवलं.

त्याच्या बिनधास्त, नाचऱ्या, हसऱ्या चेहऱ्यामागे दोन पदरी इंद्रधनुष्य दिसत होतं. दोन भिन्न दिशांना जोडणारं! पूर्व आणि पश्चिम यांचा तो संगम पाहताना आई-बाबांच्या पाणावलेल्या डोळ्यात अजिबात गढूळपणा नव्हता. भीतीही नव्हती.

बोळक्या तोंडाने हसणाऱ्या आजीला कळलं होतं की, आता बाहेरून कितीही वादळं आदळली तरी भ्यायचं कारण नव्हतं.

■

निर्णय

थंडीचे दिवस. अगदी हाडापर्यंत थंडी. नामाला आज उशीर झाला होता. रात्रीचा एक झाला होता. तशी इतरांपेक्षा त्याची रात्र उशिरा संपायची. दुकानातलं हिशेबाचं काम झाल्यावर दुसऱ्या दिवशीच्या कपड्याचं गाठोडं तो बरोबर घेऊन निघायचा. आताही त्याने सवयीने कपड्यांचं गाठोडं मागच्या सीटवर बांधलं. रस्त्यावरचे दिवे गेल्याने अंधार होता. स्कूटरच्या दिव्याची जी एक जाड रेषा पडत होती त्यातून खड्डे चुकवीत, रेषेवर नजर ठेवीत तो स्कूटर चालवीत होता. एकीकडे मागच्या गाठोड्याचाही तोल सावरत होता. नुकतंच कानावर पडून गेलेलं हिंदी गाणं तो गुणगुणत होता. गल्लीच्या वळणावर तो वळला.

एवढ्यात समोरच्या घराच्या ओट्यावर काळं गाठोडं असल्याचं त्याला दिसलं. भास असेल, असं वाटलं तरी त्याने स्कूटर उभी केली. उतरून मागे जात नीट निरखून पाहिलं. गाठोड्याच्या हालचालीने तो थबकला. घाबरला. भुताप्रेतांच्या कल्पना मनात येत होत्या, तरी डोळे फाडून तो ओट्याकडे पाहत होता. वास्तविक तिशीतला नामा चांगला उंचापुरा आणि बळकट होता. त्याला कुस्तीचाही शौक होता. आता व्यवसायाकडे कधी-कधी उशिरापर्यंत गिऱ्हाइकांचे कपडे इस्त्री करावे लागायचे. गिऱ्हाईक लवकर यायचं असेल तर दुकानातली काम करणारी मुलं निघून गेल्यावर इस्त्रीसाठी तो स्वत: उभा राहायचा. त्यामुळे अंधार, रात्र त्याला सरावाची होती आणि अंगात शक्ती असल्याने भीती नावालाच होती. रात्री-बेरात्री काम संपल्यावर त्याला असंच जावं यावं लागायचं.

रस्ता या भागात निरुंद होता. दोन्ही बाजूला साधारण एकाच पद्धतीची घरं एकमेकांना लागून होती. काहींना ओटे होते. 'गाठोड्या'कडे पाहाताना आपल्या परिटाच्या धंद्याला आपली नजर चांगलीच सरावलीय असं त्याला वाटलं आणि तशाच उपमा आपल्याला सुचायला लागल्यात असा विचार त्याच्या मनात येऊन गेला. मानेला झटका देत त्याने विचार झटकला. तो वळणार तोच तिथे पुन्हा हालचाल झाली. मग मात्र त्याने स्कूटरचा दिवा त्या दिशेला वळवला. उजेडाचा

झोत ओट्यावर पडताक्षणी तिथे जोरात हालचाल झाली. गुंडाळलेली सुतळी सरळ व्हावी तशी ती व्यक्ती उभी राहिली. चेहरा नीट दिसला नाही तरी ती बाई आहे हे नामाने ओळखलं. मनातल्या प्रश्नासह तो तिकडे निघाला, तशी ती बाई अंग चोरून भिंतीकडे सरकली. रडक्या पण जमेल तेवढ्या करड्या आवाजात प्रश्न आला,

"थांबा, काय पाहिजे?"

"तुम्ही... इतक्या रात्री इथे, ओट्यावर?"

"कोण आहात तुम्ही?"

त्यांच्या मा प्रश्नोत्तराने आजूबाजूला थोडीही हालचाल झाली नाही.

"इतक्या रात्री इथे ओट्यावर काय करता?" नामा म्हणाला.

उत्तरादाखल रडणं.

"बाई–" नामा म्हणाला, "कोण आहात तुम्ही? अंधारात का बसलात? घर कुठे आहे तुमचं? का हे मागचंच घर तुमचं आहे? मी काय म्हणतोय, कळतंय का तुम्हाला?"

शेवटच्या प्रश्नाला त्याचा आवाज चढला. फिकट अंधाराला सरावलेल्या नामाला आता ती बाई दिसत होती. तिने नुसतीच मान डोलावली. रडक्या आवाजात पुटपुटली. हात दाराकडे दाखवला.

"मग घरात जा. रात्रीच्या वेळी असं एकटंदुकटं बसू नका. तुम्ही आत जाईपर्यंत मी इथे थांबतो."

त्याच्या आवाजातल्या जरबेनं ती स्त्री चकित झाली असावी. तो काही पावलं पुढे येऊ लागताच घाबरून ती 'आत जाते' असं म्हणाली. स्कूटर सुरू करताना त्याने घड्याळात पाहिलं. पावणेदोन झाले होते. सकाळी त्याने अम्माला रात्री घडलेली घटना सांगितली.

"असंल बापडी," त्या म्हणाल्या आणि लागलीच आठवल्यासारखं घाईने म्हणाल्या,

"तुला एक बजावून ठेवते. तुला नको त्या भानगडीत जायची सवय हाय. अशा गोष्टीत आपल्याला काही घेणंदेणं नाई. ती बसंना का रात्रीची वट्यावर? बसू देत. आपल्याला काय करायचं? बसली तर बसली. नसता डोक्याला शीण नगं." नंतर त्या स्वत:शीच पुटपुटल्या. "कोण असेल बाई ही? जग पुढं चाललं म्हनं. आन् आज बी आमच्या येळेला होतं तसंच हाय. बाईच्या जातीला तोंड दाबून बुक्क्याचा मार. बोलली बी तर तिच्यावर इस्वास ठेवाया पाहिजे ना – जग तं हे आसं हाय –"

पण एवढं बजावूनही नामाच्या मनात कुतूहल होतंच. वास्तविक तो त्याचा

रोज जाण्या-येण्याचा रस्ता होता. आता सवयीने येताना जाताना त्या ओट्याकडे त्याचं हटकून लक्ष जायचं.

आणि आठवड्यानंतर त्याला पुन्हा ती बाई त्याच जागेवर दिसली. न भिता तो सरळ तिथे गेला. ती मागे सरकली तशी त्याने खिशातली विजेरी काढली. तिच्या तोंडावर प्रकाश टाकला. ती जास्तच मागे सरकली. भिंतीत घुसण्याचा प्रयत्न केल्यासारखी. तिचा चेहरा ओळखीचा वाटला.

"तुम्ही?"

तो कोण आहे हे न कळून ती रडू लागली.

त्याने विजेरी बंद केली.

"मी नामा. पलीकडच्या रस्त्यावर ड्रायक्लिनिंगचं दुकान आहे ना? तुम्ही येता मला वाटतं कधी कधी. तुमचं नाव? म्हणजे मला माहिती नाही म्हणून– काय झालं? तुम्ही बाहेर?"

तो गोंधळून खालच्या आवाजात बोलत होता. 'तुम्ही' म्हणावं एवढी ती मोठी दिसत नव्हती. बारकीशी होती. तोंडावर पदर दाबून धरत गोंधळल्यासारखी ती त्याच्याकडे पाहत होती, पण बोलत नव्हती.

"मागच्या वेळी तुम्हीच होता ना? भानगड काय आहे? हे घर तुमचंच आहे ना? मला ओळखलं का? मी नामा, तुम्ही घाबरू नका. मला ओळखलं का?"

तिने पुन्हा नुसतीच मान हलवली.

"अशा बाहेर का बसलात? भांडण झालं का? तुम्ही घरात जा. मी इथं थांबतो फार तर." तो म्हणाला.

"नको-नको." ती घाईने म्हणाली. "तुम्ही जा. मी जाते घरात. जातेच थोड्या वेळात."

"अहो, किती रात्र झालीये याची कल्पना आहे का तुम्हाला? थोड्या वेळात पहाट होईल. चारपासून तर दूधवाले यायला सुरुवात होईल. जा आत." जरा आग्रहीपणाने तो बोलला.

"मी जाईन. जा, तुम्ही जा." ती खालच्या आवाजात म्हणाली. त्याबरोबरच हुंदका बाहेर पडला.

"रडणं थांबवा. मला सांगा काय झालं? अगदी घरच्या माणसाला सांगता तसं सांगा." त्याचा आवाज वाढला.

"हळू बोला. ते लोक बाहेर आले तर मला फाडून खातील." ती रडक्या आवाजात कळवळली.

"कोण लोक? सासूसासरे? नवरा? नणंद? मग आणखी कोणी? घर

तुमचंच आहे ना?''

"नवरा आणि सासरा.'' मान हलवत कुजबुजत्या आवाजात ती म्हणाली.

तेवढ्यात आत भांडं पडल्याचा आवाज झाला. ती भिंतीपासून दूर झाली. तिने नामाचा हात धरून जवळजवळ त्याला ढकलून दिलं.

"जा. प्लीज जा. मला माझ्या नशिबावर सोडून द्या.''

नाइलाजाने तो खाली उतरून आला आणि निघून गेला.

पण या विषयाने त्याची पाठ सोडली नाही. त्याने अम्माला सगळं सांगितलं. त्याही विचारात पडल्या. म्हणाल्या,

"नवरा-बायकोची भांडणं असतात बाबा. पण हे जरा वेगळं दिसतंया खरं. आपल्याला काय? आपल्यासारख्यांनी मध्ये पडावं तर हात पोळायचं! तू तर नकोच पडूस यात. आत्ता कुठं तुझ्या कष्टाची फळं दिसाया लागलीत. दुकान झालं. गिऱ्हाइकी चालली. घराचा प्रयत्न चाललाय. ते काम बी टप्प्यात आलंय. आता तूच दोनाचं चार करून घे. दोघा पोरींना बापाच्या पाठी उजवलं. येळ गेला. तुझं लग्नाचं वय सरकलंय. तुहं माझ्यासारखं हाय. दुसऱ्याची कणव लई! पन आपन या भानगडीत पडू नाई.''

अम्माच्या उपदेशाने नामा वैतागला. म्हणाला,

"मी काय केलंय यात?''

त्याचा राग पाहून समजुतीच्या आवाजात त्या म्हणाल्या–

"तुजा विचार, तुजं वाटणं खरं हाय. मी बी अशीच होते. शेजारच्या पारूला नवऱ्यानं लई पिटलं. मंग दिलं सोडून. तिचा बिचारीचा काय दोस नव्हता. गरिबी नडली. तिला नवऱ्यानं भाईर काढलं तवा सहा मैने म्या आधार दिला. तुह्या बाला बी आवडलं नवतं. तिचं दुसरं लग्न करूनच पाठवली. तवर आपल्या घरात हुती. बाईचा काय दोस नाई आसं बघितलं की माझा जीव लई रागाला येतो. तू पन माझ्यावानीच हाय म्हून जपून म्हंते. तुजा सोभाव भोळा हाय पर डोकं गरम हाय. डोकं फिरलं म्हजे म्होरला-मागला इचार ऱ्हात न्हाई तुला.''

"विचार न करता करतोय का काही?'' नामा वैतागून म्हणाला.

"तसं न्हाई बाबा. माझं म्हननं, इचार करून काय ते कर, इतकंच!''

नंतरच्या बुधवारी नामा कपडे बांधून देत होता. गिऱ्हाईक सरकलं. तेवढ्यात समोरून ती आली. त्याच्या चेहऱ्यावर ओळख आली. कणव आली. ती थोडी आकसली. बाजूला एक-दोन गिऱ्हाइकं होती. नामाने ते जोखलं.

"बोला.'' तो सरावाने म्हणाला. मनात उत्सुकता होती.

"चार भट्टीचे आणि सहा इस्त्रीचे." ती म्हणाली.

कपडे पाहाताच त्याच्या लक्षात आलं की सगळे कपडे पुरुषाचे आहेत.

"आमच्या ड्रायक्लिन सेक्शनलाही चांगला प्रतिसाद आहे. तुमचं काही काम असेल तर सांगा."

तिने डोळे चुकवले. तिच्या डोळ्यात पाणी होतं. दोन्ही खांद्यावरचा सुती साडीचा पदर तिने आवळून घेतला.

बाजूची माणसं निघून गेल्यावर तो म्हणाला,

"तुमच्याशी एक बोलू का? म्हंजे खाजगी गोष्टीत मी पडायला नको, पण..."

तिने मान हलवली. तिचा चेहरा उदास झाला.

"तुम्हाला मी पाहिलंय. पण नाव माहिती नाहीय. तुम्ही...?"

"सुमन. पलीकडे म्हात्रे राहातात त्यांची सून."

तो तिच्याकडे निरखून पाहत होता. ती उंच, बारीक बांध्याची होती. निमगोरी, सरळ नाक, साधारण पंचविशी पार केलेली असेल. म्हटलं तर दिसायला चांगली, म्हटलं तर सर्वसाधारण ठीक दिसणारी. पण तिचे डोळे करुण होते.

"तुम्हाला काही त्रास आहे काय घरात? तुम्ही चांगल्या घरच्या दिसता!" तो विचारत होता.

तेवढ्यात अम्मा कशाला की आली.

"अम्मा. या सुमनबाई. आपल्या पलीकडच्या गल्लीत राहतात."

सुमनने हात जोडले. नऊवारीतल्या त्या साध्यासुध्या बाईला याची सवय नव्हती.

"सुखी राहा." त्या पुटपुटल्या. म्हणाल्या, "काय करतात मालक?"

"नोकरी." ती म्हणाली.

"तुम्ही पण नोकरी करता?" तिच्या एका हातातल्या घड्याळाकडे पाहत त्याने विचारलं.

"हो. इथे इन्शुरन्स कंपनीत आहे."

"नोकरी करताय? चांगलं हाय. पगारदार व्हाइलं की नवऱ्यापुडं हात पसरायला नगं. आपल्याला चार पैसे खर्च करायची मुभा व्हाते. आन नवरा बी जरा जपून व्हातो. बाई त्याच्या हातातलं भावलं व्हात न्हाई." अम्मा म्हणाल्या.

"खरं आहे." वातावरण ढिल्लं करायला नामा म्हणाला,

"नाहीतर आम्ही पाहा. सगळी मेहनतीची कामं! पगारदार माणसासारखं आरामशीर खुर्चीत बसायचं काम नाही!"

अम्माला नामाचं बोलणं आवडलं नाही. म्हणाल्या,

"तुला काय धाड भरली? कालेजची सहा वर्षे केली. दोन डिग्ऱ्या घेतल्या. आता हे बघा! नोकरी आपल्या हातातली हाय वो? तूच सांग पोरी –" त्यांच्या एकेरी बोलण्याने सुमनचा चेहरा सैल झाला.

"तुम्ही डिग्री घेतलीये? म्हणजे शिकून तुम्ही – खरं आहे?" तिने विचारलं. त्याने मान डोलावली.

"डिग्री घेऊन बेकार. मग बँकेचं कर्ज घेऊन धंदा सुरू केला. एक पार्टनर आहे. उत्तम चाललंय!"

सुमनने त्याच्याकडे आश्चर्याने पाहिलं. त्याला हे नवीन नव्हतं. तिघं नुसतेच उभे राहिले. ती चुळबुळली. अम्मांना बोलण्यासारखं पुष्कळ होतं, पण त्यांना काम आठवलं. त्या नामाला म्हणाल्या,

"मी जरा शेजारी जाऊन येते. तवर तुजं काम संपल."

त्या जाताच सुमन म्हणाली.

"तुमचे आभार मानायला पाहिजेत. दोन वेळा तुम्ही मला वाचवलंत. रात्रीच्या वेळी घरातले लोक बाहेर काढतात. शेजारी नुसतीच गंमत पाहतात. कुणी मध्ये पडत नाहीत."

"पण घरातले बाहेर का काढतात?"

"पितात." तिने खाली मान घातली.

"सांगायचं नसेल तर..."

नामाच्या आवाजात नकळत मऊपणा आला. ती कावरीबावरी झाली. या सहृदय माणसाने निदान काळजी दाखवली. शेजारचे तर गेले वर्षभर तमाशा पाहताहेत. शिवाय नामाच्या जागी दुसरा एखादा येऊन जबरदस्ती करता तर? ती शहारली.

"तुम्हाला दोन-तीन वेळा रात्री बऱ्याच उशिरा..." त्याने वाक्य पुन्हा अर्धवट सोडलं.

"घराच्या बाहेर पाहिलं." तिने वाक्य पूर्ण केलं. म्हणाली,

"घरामधली अति प्रेमळ माणसं! दुसरं काय?" त्याच्या प्रश्नार्थक चेहऱ्याकडे पाहत कडवट हसून म्हणाली,

"नवरा आणि सासरा! बाप-लेक एकत्र पिताना पाहिलंय? माझ्या घरात पाहा. मुलाला बाप आग्रह करतोय. मुलगा दारू आणून वडिलांचे लाड पुरवतोय आणि माझ्यासारख्या अभागीचा कुठलाही दोष नसताना जीव जातो. सहन करणंच भाग आहे!"

आपले भरून आलेले डोळे दिसू नयेत म्हणून तिने चेहरा वळवला.

पापण्या फडकवीत पाणी परतवलं.

''पण कशासाठी? हुंडा...?''

''हुंड्यासाठी रोज कोण पितो? शिवाय मी – चालतीबोलती हुंडी मिळालीये. कमावून आणते. कामं उरकते. शिवाय शेजेला...''

तिला जास्त बोलून गेल्याचं जाणवलं.

तेवढ्यात अम्मा आल्या. त्यांना काही तरी घडल्याचं जाणवलं. सुमनचा चेहरा आकसला. ती संकोचून गेली. अम्मालाही अवघडल्यासारखं झालं. पण त्या अनुभवी होत्या. म्हणाल्या,

''नोकरीचाकरी करून घरचं करायचं म्हंजे लई दगदग होत असंल ना?''

तिने होकारार्थी मान हलवली. अजूनही ती स्वत:ला सावरून घेऊ शकली नव्हती.

''सासू हाय का? नंदा-जावा?''

''नाही. सासरा आहे फक्त.'' ती म्हणाली.

''आता गं बाय. मंग दुख कसलं गं पोरी?''

तिचे डोळे भरून आले. अम्मांनी तिला हाताला धरून दुकानच्या मागच्या खोलीत आणलं. तिला बसवून माठातलं पाणी काढलं. तिच्या पुढे पेला धरला. अम्मांच्या चेहऱ्याकडे तिने पाहिलं, मात्र तिला रडं आवरलं नाही. त्याही काही बोलल्या नाहीत. नामा मधल्या दारात उभा होता, दोन्ही बाजूला लक्ष ठेवीत.

''काय झालं पोरी? रडतीस का?'' त्यांनी नामाकडे पाहिलं. ''तू म्हनत हुता ती हीच पोर का?''

त्या दोघांनी एकाच वेळी मान हलवली.

''माहेर कुठलं तुजं?''

''अकोल्याजवळ खेडं आहे.''

''मग तिकडचं कुनी येऊन समज देत न्हाई का त्या लोकांना?'' अम्मांनी विचारलं.

''तिथे आता कुणी नाही. वडील लहानपणीच गेले. आई मामाकडे अकोल्याला आली. आम्ही तिथंच राहिलो. मामांनीच लग्न करून दिलं –''

तिला पुन्हा गदगदून आले.

''आई?'' अम्मा म्हणाल्या.

''खूप थकलीये. डोळे जवळजवळ गेलेत. एका डोळ्यात अंधूक दिसतं. पण ती या राक्षसांपुढे काय तग धरणार? तिला एका फटक्यात मारून टाकतील!''

''अवघडच दिसतंया.'' अम्मा पुटपुटल्या, ''बाईचं जिणं वाईट पोरी. घर धड मिळालं, कुंकू नीट असल तर ठीक. आता तुमी लिहिल्यावाचल्या पोरी. तुमी बी रडत बसाय लागल्यावर काय म्हनावं? चांगला झटकून काढावं. नवरा

पैशे घेत असंल ना तुज्याकडून?''

तिने मान डोलावली.

त्या म्हणाल्या, ''तू म्हन त्याला – माहे पैशे गोड लागतेत, माहे कष्ट गोड लागतेत तर मला माणसावानी वागवावं की! तू म्हंजे काम दावणीचं जनावर हाय का पाळलेलं कुत्रं? 'उठ' म्हनलं की उठतं आन् 'बस' म्हनलं की बसतं?'' त्या आता चिडून बोलत होत्या.

''अन् तू? शिकली ना गं? तोंडात जीभ हाय ना? कमावती हाय ना? मंग? कुनाचाबी आधार मागावं. आपली जिंदगानी हाय. दुसऱ्याची गुलाम हाय का काय? चल, म्या येते तुज्याकडं. चांगली जीभ हासडते तुज्या घरच्यांची. पुरुष झाले म्हून काय झालं? बायांच्या जिवाची कदर न्हाई ऱ्हाईली?''

आता मात्र नामा मध्ये पडला. नाहीतर त्या बोलतच राहिल्या असत्या.

''अम्मा. त्यांच्या घरचा मामला आहे. आपण काय बोलू शकतो? तुम्ही कोण बोलणार म्हणाले तर गप्प बसावं लागेल. सुमनबाई, तुम्ही म्हणत असला तर...''

ती उठली. तिने मानेनेच नकार दिला. चेहऱ्यावरून हात फिरवत पदर सारखा केला.

''नको. तुम्हाला त्रास नको. हैवान आहेत ते. तुम्ही चांगली माणसं भेटलात. मन मोकळं झालं. तेवढंच बरं वाटलं. माहेरी जाता येत नाही नोकरीमुळे. आईशी बोलता येत नाही. तिला उगाच दुःख.''

''माझ्याकडं येत जा पोरी. मनातलं बोललं त जीव हलका होतो. आन् एक सांगून ठेवते, रातच्याला भाईर काढलं तर नीट माझ्या घरला ये.'' अम्मा प्रेमाने म्हणाल्या.

नामा फिरला. दुकानाचं शटर लावू लागला.

''का रं?''

''दुकानात बसायला कुणी नाही. तू चल लवकर. मी तुला सोडून परत येऊन बसतो.'' नामा घाई करू लागला.

''ऱ्हाऊ दे की. मी रिक्षानं जाते.'' अम्मा म्हणाल्या.

''कुठं जायचंय?'' सुमनने विचारलं.

''कानाच्या दवाखान्यात. विद्यानगरला...''

''मी जाता-जाता सोडते. माझं ऑफिस तिकडेच आहे.''

नामाकडे न बघता दोघी चालायला लागल्याही. त्याला हसू आलं. एकटीने काही करू शकत नाहीत आणि सोबत मिळाल्यावर कुणाचीच गरज उरत नाही.

जेवायच्या वेळी विषय निघाला. अम्मा म्हणाल्या,

''अरे, चांगली पोर आहे. माझा नंबर लागेतो थांबली. गोड बोलली. मला रिक्षात बसवलं तवा गेली.''

''घरी काही तरी गडबड आहे.'' नामा पुटपुटला.

''नवरा अन् सासरा दोघंच हाय म्हनं. असंल काय त्रास. बाईला त्रास कवा चुकलाय?''

विषय तिथेच थांबला.

त्या दोघी एकमेकींना भेटत गेल्या.

नामाशी बोलताना सुमनचा उल्लेख यायचा. तिचा नवरा पैसा घेतो. घराबाहेर काढायच्या धमक्या देतो. बायकोने पैसे कमवावेत आणि नवऱ्याने वापरावेत. ती गप्प बसते, कारण माहेर लंगडं! गेल्या वर्षभरात तिने अनेक प्रयत्न केले त्याला सुधारायचे, पण निष्फळ गेले. एकटी बाई समाजात जगणार कशी? नोकरीची गावं बदलणार.

हे ऐकताना नामाचं रक्त उसळे. पण त्याला वाटे, आपला संबंध काय?

या प्रश्नावर तो अडखळे. पहिल्या दिवसापासून आपल्याला हिची सहानुभूती का? ही सहानुभूती जरा जास्तच आहे की काय? असा विचार आला की त्याला अपराधी वाटे. न पाहायचं ठरवूनही तो त्या घराकडे काळजीने पाही. काळजी वाटण्याच्या कारणाचा विचार तो जवळ येऊ देत नसे.

यानंतर दुसऱ्यातिसऱ्या आठवड्यात पुन्हा तेच दृश्य दिसलं.

पण आज ती धीर करून स्कूटरजवळ आली. दिव्याच्या प्रकाशात तिचा चेहरा अस्ताव्यस्त दिसत होता. साडी विस्कटलेली, केस अव्यवस्थित. चेहरा अति रडून सुजलेला. डोळ्याखाली आणि ओठाच्या कडेला रक्त येत होतं. पण तिचं स्वत:कडे लक्ष नव्हतं. चेहऱ्यावर अजिजी होती. स्वरात असहायता होती. घाईने सांगून आपल्या माणसाकडून मदत मिळवावी तशी ती म्हणाली,

''आज फारच प्यायले हो दोघंही! अन् तो सासरा– सासरा कसला मेला? लेक जनलीच नाही मेल्याला. मुलाची बायको दिसेना एवढा धुंदावलाय. उशिरा स्वयंपाक कर म्हणाले. स्वयंपाक करत होते हो मी – तर थेरडा आत आला – '' ती रडत होती. अडखळत होती. थांबत-थांबत तरीही घाईने बोलत होती.

''आत आला आणि निरीलाच हात घातला. मी घाबरले. तो हात धरून ओढायला लागला. बाजूला पडलेली पळी घेऊन मारली तरी निर्लज्ज... हे आत आले. म्हातारा उलटच बोलायला लागला. मीच त्याला झटले म्हणे आणि माझा नवरा? त्याचं ऐकून मला मारायला लागला. मग दोघंही मारायला लागले.

लाथाबुक्का. नवरा मलाच कुलटा म्हणून गळा दाबायला लागला. सोडवायला गेले तर ओट्यावर पडले. मी कुठे जाऊ? काय करू? घराबाहेर काढलंय. फिरफिरून दारी येऊन बसले. पण घरात घेत नाहीयेत. नवरा मला बदफैली म्हणतोय. मी काय करू हो?''

तिच्या रडण्याने, बोलण्याने नामा विलक्षण चिडला. तिच्या खांद्यावर थोपटल्यासारखं करून दोन टांगात त्याने दार गाठलं. दारावर लाथ मारली. उघडलेल्या दाराबरोबर भपकारा आला. नंतर जड, अडखळत आवाज,

''कोणे रे? काय पाहिजे.''

उत्तरादाखल त्याने सुमनला पुढे ओढलं. रागाने विचारले,

''तुझी लग्न करून आणलेली बायको आहे ना?''

''मग काय तुझी आहे? अरे होऽऽ तुझी पन असंल. कुणाचीबी असंल. आत्ता माझ्या बापाची पन होती...''

नामाला ऐकवेना. त्याने खाडकन त्यांच्या तोंडात दिली. तो हेलपटला. नामा ओरडला,

''बाईच्या अंगावर हात टाकतो साल्या. तिला बाहेर काढतो? लाज वाटत नाही?''

''तुला एवढा पुळका आला असेल तर जा घेऊन आणि नांदव...'' मागून आवाज आला. त्यापाठोपाठ एक सणसणीत शिवी.

अपराध्यासारखी सुमन उभी.

रांगडी शिवी हासडत नामाने पुन्हा तिच्या नवऱ्याच्या तोंडात लगावली. तो मागे सरकला.

नामा वळला तसं बापाने येऊन दार लावून घेतलं. दिङ्मूढ नामा आणि सुमन काही न कळून अंधारात उभे होते. आजूबाजूच्या किलकिल्या दाराच्या फटी रुंदावल्या होत्या. लोक गॅलऱ्यांत आले होते, पण कुणीही मध्ये पडत नव्हतं.

नामाने पुन्हा दार वाजवलं. दार न उघडता दोघंही आतून शिव्या घालू लागले.

''पुष्कळ झाला तमाशा. ते दार उघडणार नाहीत. रात्रीच्याला आता तू कुठे जाणार? चल.'' त्याच्या स्वरात निर्णायक हुकूम होता.

मुकी सुमन त्याच्या मागोमागं पायरी उतरली.

पण घरासमोर स्कूटर उभी करताक्षणी नामा धास्तावला. अम्माला काय सांगणार? इतक्या रात्री दुसऱ्याची बायको अशी आणली– याचा परिणाम काय होणार?

आता मागे वळणं नव्हतं.

दारात अम्मांनी आश्चर्याने दोघांकडे पाहिलं. तिचा सुजलेला, रडका, अपराधी चेहरा आणि त्याचा रागीट, भांबावलेला.

त्यांची नजर अनुभवी होती. समजूतदारपणे दोघांना आत घेतलं. तिच्या अंगावर भुईमीठ लावताना त्यांचा हात तिच्या ओटीवर स्थिरावला.

मागच्याच आठवड्यात तिच्याबरोबर त्या गेल्या होत्या. नवऱ्याच्या लाथेने अर्धवट गळून गेलेला गोळा काढलेला त्यांनी पाहिला होता.

त्यांच्या मनात कणव दाटून आली.

तिचा थरथरणारा हात आपल्या सुरकुतलेल्या हातात घेत त्यांनी घरभर नजर टाकली.

आता तिचा हक्काचा कोपरा तिला याच घरात मिळणार होता.

मग तिच्या केसांवरून त्या मायेनं हात फिरवू लागल्या.

■

नकार

मध्या, मी आणि सुदाम लंगोटियार आहोत. शाळेतल्या बेंचापासून, हॉकीमुळे धुळीने बरबटलेल्या अंगापासून ते मॅट्रिकपर्यंत. पुढे तालुक्याच्या गावाहून शहरात आलो, वेगवेगळ्या कॉलेजमध्ये दाखल झालो, तरी आमची मैत्री कमी झाली नाही, ना भेटीत खंड पडला.

पुढे तिघांनी तीन वाटा घेतल्या. मी कॉमर्स घेतलं होतं. पुढे कंपनी सेक्रेटरी झालो. मध्या हुशार होता. तो इंजिनिअर झाला. सुदाम एल.एल.बी. करून आधी व्यवसाय करीत होता. नंतर न्यायाधीश झाला. पुन्हा आमच्या विखुरलेल्या वाटा गेल्या दोन वर्षांत एकत्रित आल्या. शिक्षण संपल्यावर तब्बल सतरा वर्षांनी आम्ही एका जागी आलो. पोटापाण्याच्या निमित्ताने वेगवेगळ्या गावांना गेलो होतो, आता तिघंही पुण्यात आलो. पत्रांचा संपर्क आणि तुरळक भेटी संपून पुन्हा आता भेटीगाठी दाट झाल्या.

दरम्यानच्या काळात यथावकाश आमची लग्नं झालेली होती. गृहस्थाश्रम चालू होता. परिवार वाढला होता. परिचयही वाढले होते. चाळिशीच्या उंबरठ्यावर अजून बरंच काही करण्याची उमेद होती. तिघांची मोठी मुलं मॅट्रिकच्या पुढे सरकली होती.

एकमेकांना आम्ही चांगलं ओळखत होतो. एकमेकांच्या स्वभावातले बारकावे आम्हाला चांगले माहिती होते. तरीही ते कधी आमच्या मैत्रीच्या आड आले नाहीत. बऱ्याच वेळा मला मध्या आणि सुदाम यांच्यातल्या बारक्या कुरबुरींमध्ये मध्यस्थाची भूमिका करावी लागायची. कारण मध्या फटकळ होता आणि सुदाम कुरकुऱ्या. पण एकमेकांमधली भांडणं विकोपाला गेली नाहीत. रस्त्यात आलेले अडथळे वळसा घालून गेलं तर अडथळे राहात नाहीत, हे न शिकवताही आम्ही शिकलो होतो.

मध्या म्हणजे मधुकर साकेगावकर. वर्गात रोल नंबर २१. साकेगावकर मास्तरांचा मुलगा. वडील सद्वर्तनी आणि कडक शिस्तीचे! त्या मानाने मी

आणि सुदाम सुदैवीच म्हणायचो. कारण साकेगावकर मास्तरांची शिस्त आठवली तर अजूनही पाय दुखतात, कमरेत उसण भरते आणि हात झिणझिणतात. मनुष्यप्राणी म्हणून जन्माला आलो असलो तरी आमचा कायम कोंबडा नामक पक्षी करण्यात मास्तरांचं यश दडलेलं होतं. त्यांचा आवाजही स्वच्छ आणि खणखणीत. स्पष्ट आणि शुद्ध बोलण्याकडे त्यांचा कल असायचा. ते स्वत: तर बोलायचेच, पण दुसऱ्याच्या बोलण्यावरही त्यांची हुकूमत असायची.

तर सांगायची गोष्ट अशी की, श्रीमान मधुकर त्यांच्याच पठडीत तयार झालेला गडी. वडिलांच्या पावलावर पाऊल टाकून त्याने त्यांचे सगळे गुणधर्म उचललेले.

त्यामुळेच की काय, व्यक्तिगत आणि सामाजिक नैतिकतेची जबाबदारी त्याने कायमस्वरूपी उचललेली होती. त्याने तोंड उघडलं की तो चांगल्या आणि वाईट अशा दोन डालगांची तोंडंही उघडायचा आणि भाजीवाला जसा चांगले मोठे आणि छोटे टोमॅटो अशी वर्गवारी करतो, तशी वर्गवारी करून मोकळा व्हायचा. पण एक चांगलं होतं की, कितीही स्पष्ट बोलला तरी त्याच्या मनात काही नसायचं. ना तो हेतुपूर्वक ते करायचा. पण असा स्पष्टपणा नेहमीच फायद्याचा नसतो. सुदामच्या धाकट्या भावाच्या मुलाची गोष्ट. सुदामचा भाऊ शेतकरी. पोटी चार मुली. मग हा मुलगा. त्याची बारावी झाली. मार्क कमी पडले. मध्याचा सल्ला घ्यावा म्हणून तो भावाला घेऊन त्याच्याकडे गेला होता. मला हे माहिती होतं. कारण सुदामचा-माझा या संदर्भात फोन झाला होता.

आम्ही बहुधा शनिवारी रात्री कुणा एकाच्या घरी भेटायचो. तशा मध्याच्या घरच्या दोन भेटींत सुदाम आला नाही, तेव्हा मीच त्याला भेटायला गेलो.

चहा ठेवून वहिनी आत गेल्यावर मी त्याला खोदून न येण्याविषयी विचारलं. तसा तो भडकला,

"मला त्या मध्याचं तोंड पाहायचं नाही. कधी धड बोलेल तर शपथ! अरे, माणसानं स्पष्ट जरूर बोलावं. पण कधीही तोंड उघडलं की याची नकारघंटा चालूच. एरवी आपल्याला काही वाटत नाही राव. पण महत्त्वाच्या कामाला गेलो तरी तेच. त्याला शुभ बोलणं माहितीच नाही!"

"पण झालं काय?" मी विचारलं.

"अरे, आमच्या सुभाषला बारावीला कमी मार्क आले. तुला माहिती आहे, आधीच तर ते शेंडेफळ. माझ्या मुलापेक्षा चार-पाच वर्षांनी तरी मोठा आहे. आई-बापाचा लाडका. पाठच्या चार बहिणींच्या नंतरचा तो! भावाचं म्हणणं कुणा अजून अनुभवी माणसाचा सल्ला घे, म्हणून मी मध्याकडे गेलो, सल्ला विचारायला. पुष्कळ जण सल्ले देत होते. कुणी एक कोर्स सांगायचा, कुणी

दुसरा. म्हटलं, हा मोठ्या हुद्यावर आहे. याची भावंडं चांगली लायनीला लागलीत. त्याला माहितीपण आहे. म्हणून गेलो.''

''मग?''

''त्याने त्याचा मार्कमेमो पाहिला. आधी तर सुभ्यालाच झापलं. मला वाटलं त्याला माझ्यासारखं त्याचं प्रेम वाटतंय. मग एक-एक करीत सगळे कोर्सेस कसे रद्दी आहेत हेच सांगायला लागला. काही विचारलं की हा कोर्स धड नाही. या कोर्समध्ये अडचण आहे. हा नको. त्याला पैसे जास्त लागतात. शेवटी मी म्हणालो की, 'ॲग्रीकल्चर देऊ का?' तरी याचं तेच! म्हणाला, त्यात काय ठेवलंय? तुझे वडील याला पुस्तकी शेती करू देतील का?' मग म्हणाला, याला तिथं ॲडमिशन आता अवघड आहे. मला एक कळतं की गोष्टी अवघड जरी असल्या तरी त्या अगदी डोक्यावर घण घालून-घालून सांगायला नको. अरे सत्य असलं तरी आधीच समोरचा माणूस परेशान – त्याला तुम्ही आधाराचं बोलायचं की...''

''सत्य पचायला जड असतं बाबा, पण कुणीतरी सांगायला तर पाहिजे तसं मध्यानं सांगितलं. तुला त्याचा स्वभाव माहितीये. तुझ्या पुतण्याचं वाईट चिंतणार नाही. त्याच्या मनात नसेल तसं – नसतंच तसं.'' मी म्हणालो.

''तू म्हणतोस तसं असेलही. पण शेवटी त्यांची बायकोसुद्धा म्हणाली, 'काम होईल एवढं तरी म्हणा की! घरीदारी कुणाचं काही काम असलं तरी नकारघंटा वाजवता?' सांगत होत्या की, स्वतःचं, स्वतःच्या मुलीचं काम असेल तरीही तो असंच बोलतो.''

''बघ बरं मग – जिथं तो स्वतःच्या पोराला त्या नकाराच्या तावडीतून सोडत नाही, तर आपण कोण?'' मी म्हणालो.

कप उचलायला आलेल्या वहिनींनी हे ऐकलं.

''अहो, एखाद्याची वाचा खरी होते –''

''तिला बत्तिशी म्हणायचंय–'' सुदाम हसत म्हणाला.

''पण मध्याच्या जिभेवर तीळ नाहीये. ज्याच्या जिभेवर तीळ असतो त्याची बत्तिशी खरी होते म्हणतात.'' मी म्हणालो, आणि सुदामला पुढच्या भेटीचं निमंत्रण देऊन, त्याच्याकडून होकार घेऊनच निघालो.

दुर्दैवाने म्हणा की कसंही, सुदामाच्या पुतण्याला खरोखरी कुठेही प्रवेश मिळाला नाही. जरी आम्ही उघड बोललो नाही तरी मध्याच्या नकाराने आमच्या मनात घर केलं एवढं खरं.

पण आम्ही असो की त्याचे परिचित. त्याच्या स्वभावाची बहुतेकांना माहिती होती. आदतसे मजबूर म्हणून आम्ही त्याकडे दुर्लक्ष करायचो. साध्या-साध्या

गोष्टींवर, म्हणजे उदाहरणार्थ कापड दुकानदाराने मोजण्यात कापड कमी दिलं की हा म्हणणार,

"आपल्या लोकांत प्रामाणिकपणा नाही. ते देणारच नाहीत व्यवस्थित. त्यामुळे तर आपण मार खातो." त्याच्या बोलण्यात व्यवस्थापनावर टीका असणारच.

गाडीला गचका बसला की म्हणणार,

"साले कॉर्पोरेशनवाले टॅक्स घेतात चांगला वाजवून! नोटिशी पाठवून घेतात. नंतर मात्र त्यांच्या डोळ्यावर कातडी! कधी सुधारणार नाही आपण! सगळे साले गचबसे?"

त्यामुळे कधी कधी विनोदात माननीय श्रीयुतच्यापुढे मधुकर न लावता आम्ही 'श्रीयुत नीतिप्रवर्तक आणि संरक्षक' म्हणून 'श्रीनीती' असं म्हणायचो.

त्या दिवशी त्यांच्या घरी गेलो. फक्त वहिनीच होत्या. चेहरा त्रस्त वाटला म्हणून विचारलं की काम झालं. या वैतागलेल्याच असाव्यात. कारण अजिबात आढेवेढे न घेता सरळ सुटल्या.

"तुमचे श्रीनीती–"

मी चकित झालो. म्हणजे त्यांच्यासमोर आम्ही हे म्हणालो नव्हतो कधी.

"आश्चर्य नका वाटू देऊ. तुम्ही तर श्रीनीती म्हणता, मी तर पुढे आडनाव बदलून 'नकारे' लावते."

"झालं काय?" मी समजूतदारपणे म्हणालो.

"अहो, रेशनकार्ड हरवलंय. ते नवीन काढायचंय. यांची सुरुवातच ते मिळायचं नाही अशी! मी म्हटलं, एवढे मोठे साहेब तुम्ही. कुणा हाताखालच्याला सांगा. तर म्हणाले, तुम्हाला वाटतं तितकं साधं नाही ते! त्या कलेक्टर ऑफिसात कुणाचे पाय धरून हे होणार नाही."

अशी उत्तरं फक्त मध्याच देऊ शकणार!

"पण त्याला म्हणावं फोन तर करून बघ." मी म्हणालो.

"अहो, सुरुवातीलाच हे व्हायचं नाही. म्हणून हातपाय हलवण्याच्या आधीच 'माझ्या मते हे किचकट काम आहे' म्हणून म्हणाले. उगीच. मी म्हणते की यांचा नमस्कारच नकाराचा नमस्कार असतो!" त्या उसासल्या.

"गंमतच आहे मध्याची. म्हणूनच सुदाम नाराज झाला, म्हणत होता कोणत्याही कामाची सुरुवात झाल्यावरच त्याला सांगत जाऊ रे. मध्या एवढा बाऊ कशाला करतो कळत नाही. एवढा हुशार माणूस–" मी म्हणालो.

वास्तविक मध्या उंचापुरा, सुदृढ शरीरयष्टीचा होता. सावळा रंग, सरळ नाक आणि दोन विरुद्ध दिशांना पारजलेल्या कोरीव तलवार कट मिशा. त्याच्या कपाळावर एक आठी होती. त्यामुळे तो उग्र दिसायचा. पाहाणाऱ्याला वाटायचं

की हाताची मूठ वळली तर हजारोंचा कल्लोळ तोंड आवळल्यागत गप्प बसेल. पण त्याने तोंड उघडले की ओम फस व्हायचं.

पत्ते खेळताना मी मध्याला म्हणालो,

"शहररचना कार्यालयात तुझी ओळख असेल ना रे?"

"नाही बा!" तो म्हणाला.

"नाही कसं? तुझ्याबरोबर तो मुळे होता ना?"

"त्याचं काय?" त्याने विचारलं.

"म्हंजे तो तुझ्या ओळखीचा आहे. तो त्या ऑफिसात काम करतो. त्याच्याकडे माझ्या मेहुण्याचं काम आहे. प्लॉट घेतलाय. घेतला तेव्हा मालक म्हणाला होता की बेटरमेंट भरलाय. पण तो भरलेला नाहीच. त्याला आता भल्या मोठ्या रकमेचं बिल आलंय. अकृषी शुल्क या नावाखाली! तो हादरून गेलाय."

"किती?" तो म्हणाला.

"तेहतीस हजार!" मी म्हणालो.

"बापरे! केस दाखल करू." सुदाम व्यवसायनुरूप स्वभावाने म्हणाला.

"ते होणारच आहे. कारण तिथे झोपडपट्टीने अतिक्रमण केलंय. पण निदान या नॉन ॲग्रिकल्चरल टॅक्सची भानगड काय ते पाहू दे." मी म्हणालो.

सुदाम म्हणाला, "सध्या ते मुळे तिथे आहेत असं म्हणतोय ना, त्यांना विचार."

"शक्य नाही." मध्या गंभीरपणे नकारात्मक मान हलवून म्हणाला.

सुदामने झटकन माझ्याकडे पाहिले.

मध्या त्याकडे संपूर्ण दुर्लक्ष करून पुढे म्हणाला.

"बेटरमेंट तर भरावीच लागेल. तीही सुरुवातीपासून. मागच्या वर्षीपासून ती तीन रुपयांनी वाढवलीये! आणि अकृषी शुल्क प्लॉटिंग केल्यापासून भरावं लागेल – शिवाय मधले रस्ते सुरू करायला कारकून पैसे घेईल."

"आता झोपडपट्टीचं म्हणशील तर उठवायला हजारो रुपये लागतील. त्यात मध्ये एखादा दादा असेल तर वाट लागली."

वास्तविक बाकीची माहिती मला होतीच. त्यात त्याने ही दादांची भानगड घातली. मी आधीच धास्तावलेला होतो. मेहुणा जर मध्याचं बोलणं ऐकता तर घेरी येऊनच मटकन खाली बसता! मी बोललो नाही. पण वहिनी एकदम म्हणाल्या,

"बोललात ना? बिचारे आधीच त्रस्त. तुमच्याकडे सल्ला मागताहेत. मध्यस्थ कोणी मिळेल का विचारताहेत. धीर द्यायचा दिला सोडून आधी नकार देऊन मोकळे!"

मग स्वत:शी पुटपुटल्यासारखे म्हणाल्या,

"त्यांच्या हाताखालचे कशी कामं करतात देव जाणे! यांच्या मनात तर एवढा ठाम नकार. नंतर ठाम नीतितत्त्वं. काम विचारणाऱ्याला उत्साह तर सोडाच पण धीरसुद्धा व्हायचा नाही!"

कधी नव्हे तो मी म्हणालो,

"मध्या लेका, निबंध लिहायचा असो की लांब उडी, 'करता येणार नाही राव' असं तू हमखास म्हणायचा. मला वाटलं, सुटली तुझी सवय! पण कसचं? तुझ्या अशा बोलण्यात चांगल्या चांगल्यांचं कंबरडं बसतं राव! आईच्या पोटातून बाहेर यायलासुद्धा नकार दिला असशील. त्या देवाला तुझ्या हातापाया पडून जन्म द्यावा लागला असणार."

मध्या फक्त हसला.

"हसता काय? तुम्ही हाताने धड कामं करता ना? मग तोंडाने धड बोला की! काही करायच्या आधी हे होणारच नाही असं कशाला म्हणता?" वहिनी म्हणाल्या.

मग सुदाम मध्ये पडला. सारवासारव करून वहिनींना चहा आणण्याचं बोलला. वहिनी म्हणाल्या,

"तुम्ही त्यांची बाजू घ्या हो भाऊजी. पण माझं म्हणणं असं की, पहिला स्वर नकाराचा असतो का? असूच नये. पण त्यांना तुम्ही साधं क्रिकेट मॅचमध्ये भारत जिंकेल का असं विचारलं, तर जिंकूच शकत नाही ही ग्वाही. कामाला कुणी निघालं तर आत्ता ते साहेब आलेले नसतील हा ठाम अंदाज!"

"तो निराशावादी आहे." मी संभाषण टाळायला म्हणालो.

"छे छे. मुळीच नाही." मध्याचा त्वरित नकार आला. आम्ही सगळेच मनसोक्त हसलो. मध्याही हसला. म्हणाला,

"तुम्ही फारच अंधश्रद्ध आहात. त्यामुळे एवढा विचार करताय. थोडी समज आणि थोडा विचार असेल तर माझ्या नकाराला कारण असतं हे तुम्हाला कळेल. माझा सकारण नकार असतो. उगाच कुणाला डिप्रेस करण्यासाठी नाही."

"मुळीच नाही." आम्ही तिघांनी एकदम नकार नोंदवला.

"पाहिलं? नन्नाचा पाढा फक्त मलाच पाठ आहे असं नाही. शिवाय हे पूर्ण वाक्य मी सकारात्मक बोललोय!"

वहिनींनी मान डोलावून हात जोडले.

परत येताना आम्ही त्याच्याविषयीच बोलत होतो. मध्याच्या स्वभावामुळे तो वरच्या पोस्टला जात नाही यावर आम्ही जवळजवळ एकमतात आलो. सुदाम म्हणाला,

“एवढा विचारी माणूस, चांगले मास्तरांचे संस्कार आहेत. वाचतो भरपूर, पण स्वभावाला औषध नाही. त्याच्याबरोबरचे इंजिनिअर एक्झिक्युटिव्ह पोस्टला गेलेत. काही परदेशांत गेलेत. पण हा इथेच. त्याचा मुलगा आला होता माझ्याकडे एजन्सीविषयी विचारायला, म्हणजे वहिनींनी पाठवलं होतं.”

“कधी? कशामुळे? तो पुढं शिकायचं नाही म्हणतोय की काय?” मी विचारलं.

“झाले पंधरा दिवस. मला तर अचंबा वाटला. एवढ्या इंजिनिअरचा मुलगा. घराणं शिक्षकांचं. शिकून मोठी नोकरी मिळवायची तर काही तरी उद्योग, व्यापार करायचा म्हणू लागला. कोणता तरी छोटामोठा व्यवसायच सांगा, असा हट्टच धरला. म्हणालो, तुझे वडील एवढे मोठे, तर म्हणाला, त्यांच्यापुढे कोणताही प्रस्ताव घेऊन गेलं तरी तुला हे जमणार नाही किंवा झेपणार नाही असं म्हणतात.”

“त्याचं काय चूक आहे? हल्ली कारखाना वगैरे काढायचा म्हणजे तांत्रिक माहिती पाहिजे. पैसा भरपूर पाहिजे. मध्याचा मुलगा बारावीनंतर शिक्षण सोडतोय की काय?”

मी माझं आश्चर्य लपवू शकलो नाही.

“काय कळत नाही बा. मी त्याला म्हणालो की डिग्री असू द्यावी. पुढं-मागं कामा येते. पर मध्याचं अन् पोराचं जमत नाही काय की! बापाविषयी विचारलं तर तो कडवट बोलतो. त्याला फिजिओथेरपी घ्यायची होती. इंजिनिअरिंग मिळालं नाही. मध्या शिक्षणासाठी पै देणगी देणार नाही म्हणाला त्याला. आता घ्या! अन् तोही मध्याचाच मुलगा. करीन तर फिजिओथेरपी नाही तर नोकरी-धंदा करून पोट भरीन म्हणाला. त्यातूनच हे प्रकरणच उद्भवलय. आता त्याला घ्यायचंय बँकेचं कर्ज. हा विचारायला गेला तर मध्या म्हणाला तुला बँक कर्ज देणारच नाही! झाली त्याच्या नकाराला सुरुवात! तिकडं आई सारखी पाठीमागे लागलेली. शिक्षण तरी कर नाहीतर उद्योगधंदा तरी कर म्हणतेय. वेळ गमवायला बाई तयार नाही. आजकाल मिसरूड फुटलं की पोरं धंदा-व्यवसाय करतात हे त्यांचं म्हणणं.”

“म्हणजे आई जमेल म्हणते आणि मध्या नाही म्हणतो.” मी म्हणालो.

आम्ही हसलो. मी म्हणालो, “एवढं ज्ञान आहे, वडिलांची शिस्त आहे. याच्यासोबत थोडं धाडस आणि थोडा व्यवहार मध्यात असता तर कुठे पोहोचला असता!”

“अरे इथं उडायची सुरुवातच पंख कापून आहे! मग पंखात बळ आहे का नाही हे कळायला मार्गच कुठाय?” सुदाम म्हणाला.

आमच्या या संभाषणानंतर आठवड्याच्या आतच वहिनींचा माझ्या ऑफिसात फोन आला. त्यांचा आवाज घाबरलेला होता.

मध्याचा ॲक्सिडेंट झाला होता.

साईटवर गेला होता. येताना जीप खांबावर आदळली होती, एवढंच त्यांना माहिती होतं.

घाईने मी हॉस्पिटलमध्ये पोहोचलो.

मुलगा भेदरून उभा होता. वहिनींचा चेहरा रडून सुजल्यासारखा झाला होता.

"कसं आहे आता?" मी विचारलं.

मुलाने नकारात्मक मान हलवली. वहिनी रडू लागल्या. त्यांचं सांत्वन करून मी बाजूच्या ज्युनिअर इंजिनिअरला घेऊन बाहेर आलो.

त्याच्या सांगण्यानुसार त्याच्या दोन्ही पायांना फ्रॅक्चर झालेलं होतं. पण वाईट हे की डोक्याला मुका मार लागलेला होता. त्यामुळे तो बेशुद्ध होता.

तेवढ्यात सुदामही आला. त्याला सगळं सांगून आम्ही हाताच्या घड्या घालून सुन्न उभे राहिलो.

"अवघड आहे." कुणी तरी पुटपुटलं.

येणाऱ्यांची संख्या वाढायला लागली. पण कुणी कुणाशी न बोलता नुसतेच उभे.

दवाखान्याच्या रंग उडालेल्या भिंती, मळलेली फरशी तिथल्या उदासपणात भर घालीत होती. त्यात संध्याकाळचा काळवंडलेपणा भरलेला.

मृत्यूच्या गूढ छायेखाली वावरणारी माणसं.

समोर वहिनी आणि त्यांचा अर्ध्याकच्च्या वयातला मुलगा. मला ढवळून आलं.

लहानपणापासूनच्या कित्येक आठवणी, एकत्र घालवलेल्या उन्हाळी दुपारी, खेळलेले खेळ, शाळेच्या आठवणी, नातेवाईक – किती तरी गोष्टी एकदम आजूबाजूने गोळा होऊन अंगावर आल्यासारख्या आल्या.

सुदामलाही एकदम तसंच झालं असावं. मध्या नेहमी म्हणायचा, 'मैत्री म्हणजे दोन शरीरं पण एक मन.' ते आठवून माझ्या डोळ्यात पाणी आलं. आता मध्याच्या मनात मला प्रवेश करता आला तर? तो कसचा विचार करीत असेल?

सगळेच मनात बोलत असावेत.

आणि तरीही नि:शब्द शांतता होती. वहिनी बेंचवर निर्जीव गाठोडं असावं तशा बसल्या होत्या. वहिनी किंवा त्याच्या मुलाची समजूत कशी काढावी ही

चिंता होती. मृत्यूची भयानकता भेडसावत होती. सगळेच बोलायचं टाळत होते.

"अवघड दिसतंय," कुणीतरी सुस्कारात पुटपुटल्याचं पुन्हा मी स्पष्ट ऐकलं. हे त्याच्या कुटुंबापर्यंतच पोहोचू नये असं मला तीव्रतेने वाटलं.

तेवढ्यात मरगळून, वाकून उदास बसलेल्या वहिनी ताठरल्या. सरळ होत थेट आमच्या पुढ्यात येऊन उभ्या राहिल्या. त्यांच्या चेहऱ्यावरची उदासी पूर्णपणे पुसरलेली होती. होता तो ठाम विश्वास. आमच्याकडे पाहत त्या म्हणाल्या,

"त्यांना काही होणार नाही भाऊजी. सगळ्या गोष्टींना सुरुवातीलाच नकार देत आलेत हे! आता मृत्यूलाही नकार द्या म्हणावं त्यांना! मृत्यूला नकारायला सांगा हो..."

बघता बघता त्या रडत कोसळल्या. मी आणि सुदाम मध्याकडे 'नकार दे' असं साकडं घालायला लागलोही!

■